すぐ書ける！
きれいに書ける！

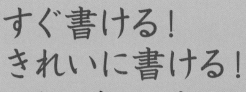
英語・ベトナム語・
インドネシア語
訳付

ひらがな・カタカナ 練習ノート

本田弘之

Write now! Write well!
A Hiragana and Katakana Workbook

Vở Luyện Tập Hiragana, Katakana
Có Thể Viết Được Ngay! Có Thể Viết Thật Đẹp!

Bisa Menulis Cepat! Bisa Menulis Bagus!
Buku Latihan Hiragana dan Katakana

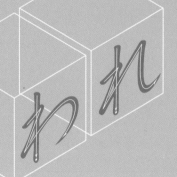

アルク

1 ― はじめに

　この本は、日本語の文字が早く覚えられるように、きれいに書けるようにと工夫した本です。日本語の文字には、ひらがな・カタカナ・漢字があります。日本語は、文字を早く覚えられるかどうかで、勉強に成功するか失敗するかが決まってしまいます。

　この本では、ひらがな・カタカナを読みやすく書く練習をします。覚えやすいように、発音（五十音）順ではなく、形と書き方に共通点がある字をまとめて練習するのも特長です。

　また、漢字も少し紹介しています。カタカナは漢字の一部を文字にしたものです。だから、カタカナを正しい筆画と書き順で書けるようになると、自動的に漢字の書き方もマスターできます。

2 ― 書きかたの基本

　日本語の文字を書くときいちばん大切なことは、「正方形に書く」ということです。漢字は正方形の文字です。ひらがなとカタカナも漢字と交ぜて使うので、正方形の枠を意識して書いてください。

（1）点と線

　日本の文字は長い間、筆（ブラシ）を使って書かれていました。筆の字は「点」と「線」で書きます。「線」は、3つの終わり方があります。

1　はねる　　筆を紙から離すとき、ちょっと上・左右に動かして終わります。

2　とめる　　筆を紙から離さずにとめます。

3　はらう　　筆を動かしながら、紙から離します。

（2）ひらがなとカタカナ

ひらがな：ひらがなは曲線の文字です。一本の線は一筆（一画）で書きます。途中に角、折り返し、交差があっても、紙からペンを離してはいけません。

カタカナ：カタカナは直線の文字です。一本の直線は一筆（一画）で書きます。ただし、すべての右上の角と「ム」の左下の角だけは、紙からペンを離さずに一筆で書きます。

※ 本書の字体・書き順および翻訳などは、日本語入門レベルの学習者にとってわかりやすいことを優先いたしました。

1 — Introduction

This book was designed to help the student learn Japanese characters quickly and to write them beautifully. There are three types of characters in Japanese: hiragana, katakana, and kanji. Whether or not a student can learn these characters quickly will determine whether they succeed or fail in their Japanese studies.

In this book, the student will practice writing hiragana and katakana clearly and legibly. This book is unique in that characters are not organized by pronunciation (the standard Japanese syllabary order). Instead, characters that have similar shapes or are written similarly are grouped together for practice.

The student will also be introduced to a handful of kanji. Katakana characters are derived from pieces of kanji. By learning how to write katakana properly with the correct stroke order, the student can automatically learn how to write a number of kanji as well.

2 — Writing Japanese Characters: The Basics

When writing Japanese characters, the most important thing is to write them squarely. Kanji are square characters. Since hiragana and katakana are used together with kanji, you should keep the idea of a square frame in mind when writing them as well.

(1) Strokes and Dots

For a long time, Japanese characters were written using a brush. Brush characters are written using strokes and dots, which can be thought of as very short strokes. There are three ways to end a stroke.

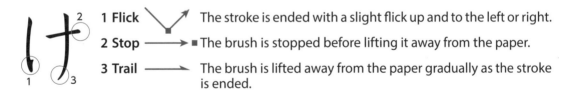

1 Flick The stroke is ended with a slight flick up and to the left or right.

2 Stop The brush is stopped before lifting it away from the paper.

3 Trail The brush is lifted away from the paper gradually as the stroke is ended.

(2) Hiragana and Katakana

Hiragana: Hiragana are curvy characters. A single line is written with a single stroke. The pen should not be lifted from the paper even if the stroke bends or curves, doubles back, or intersects another stroke.

Katakana: Katakana characters are made up of straight lines. A single straight line is written with a single stroke. The exception is that all upper-right bends and the lower-left bend in "ム" should be written with a single stroke, without lifting the pen from the paper.

＊The fonts, stroke orders, and translations used in this book have been selected with ease of understanding for the beginner-level Japanese student in mind.

1 — Lời nói đầu

Cuốn sách này là thành quả dày công nghiên cứu để các bạn có thể nhớ nhanh và viết đẹp ký tự tiếng Nhật. Trong ký tự tiếng Nhật có chữ Hiragana, Katakana và chữ Hán. Việc bạn có thể nhanh chóng nhớ được ký tự hay không quyết định thành bại của việc học tiếng Nhật.

Với cuốn sách này, các bạn sẽ luyện tập viết chữ Hiragana, Katakana sao cho thật dễ đọc. Việc tổng hợp và luyện tập các chữ có điểm chung trong hình dạng và cách viết, thay vì theo thứ tự phát âm (50 âm) để các bạn dễ nhớ cũng là ưu điểm nổi bật.

Ngoài ra, chữ Hán cũng được giới thiệu một chút. Chữ Katakana là ký tự được tạo nên bởi một bộ phận chữ Hán. Do vậy, khi bạn có thể viết chữ Katakana với các nét và trình tự viết chính xác, tự khắc bạn sẽ có thể thuần thục được cách viết chữ Hán.

2 — Điều căn bản trong cách viết

Điều quan trọng nhất khi viết ký tự tiếng Nhật là việc "Viết chữ gọn trong hình vuông". Chữ Hán là ký tự hình vuông. Chữ Hiragana và Katakana cũng được sử dụng kết hợp với chữ Hán nên bạn hãy ý thức về khung hình vuông khi viết.

(1) Chấm và nét

Trong thời gian dài, ký tự của Nhật Bản được viết bằng bút lông (cọ). Chữ viết bằng bút lông được tạo thành bởi "chấm" và "nét". Có 3 cách kết thúc "nét".

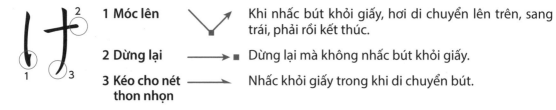

1 Móc lên — Khi nhấc bút khỏi giấy, hơi di chuyển lên trên, sang trái, phải rồi kết thúc.

2 Dừng lại — Dừng lại mà không nhấc bút khỏi giấy.

3 Kéo cho nét thon nhọn — Nhấc khỏi giấy trong khi di chuyển bút.

(2) Hiragana và Katakana

Hiragana: Hiragana là ký tự nét cong. Mỗi nét được viết liền mạch. Dù giữa chừng có góc, chỗ gập lại, chỗ giao cắt cũng không được nhấc bút khỏi giấy.

Katakana: Katakana là ký tự nét thẳng. Mỗi nét thẳng được viết liền mạch. Tuy nhiên, tất cả các góc phía trên bên phải và riêng góc phía dưới bên trái của chữ "ム" đều viết liền mạch mà không nhấc bút khỏi giấy.

＊Kiểu chữ, trình tự viết và phần biên dịch v.v… trong cuốn sách này ưu tiên việc dễ hiểu đối với người học tiếng Nhật cấp độ Nhập môn.

1 — Pengantar

Buku ini adalah buku yang dirancang agar pembelajar bisa menghafal huruf Jepang dengan cepat dan bisa menulis dengan bagus. Huruf dalam bahasa Jepang terdiri dari Hiragana, Katakana, dan Kanji. Berhasil atau gagal dalam belajar bahasa Jepang ditentukan oleh cepat atau tidaknya menghafalkan huruf-huruf tersebut.

Di dalam buku ini dilatih bagaimana cara menulis Hiragana dan Katakana yang baik sehingga mudah dibaca. Agar mudah dihafal, huruf-huruf tidak diurutkan berdasarkan pengucapan (Tabel 50 bunyi suku kata Jepang), melainkan dikelompokkan berdasarkan kesamaan pada bentuk dan cara menulisnya. Cara berlatih seperti ini adalah keutamaan buku ini.

Selain itu, beberapa Kanji juga diperkenalkan. Katakana adalah huruf yang terbentuk dengan mengambil sebagian dari huruf Kanji. Jadi, jika sudah dapat menulis Katakana dengan coretan dan urutan penulisan yang benar, secara otomatis akan bisa menguasai cara penulisan Kanji juga.

2 — Dasar Cara Penulisan

Pada saat menulis huruf Jepang, hal terpenting adalah "menulis dalam kerangka bujur sangkar". Kanji adalah huruf bujur sangkar. Hiragana dan Katakana juga digunakan bersama-sama dengan Kanji sehingga saat menulis ingatlah selalu kerangka bujur sangkar tersebut.

(1) Titik dan garis

Huruf Jepang dalam jangka waktu yang panjang ditulis dengan menggunakan *fude* (kuas). Huruf dengan kuas ditulis dalam bentuk titik dan garis. Saat menulis garis, ada tiga cara menghentikan kuas.

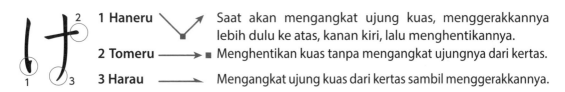

1 Haneru — Saat akan mengangkat ujung kuas, menggerakkannya lebih dulu ke atas, kanan kiri, lalu menghentikannya.

2 Tomeru — Menghentikan kuas tanpa mengangkat ujungnya dari kertas.

3 Harau — Mengangkat ujung kuas dari kertas sambil menggerakkannya.

(2) Hiragana dan Katakana

Hiragana: Hiragana adalah huruf bergaris lengkung. Satu garis ditulis dengan sekali coretan pena. Walaupun di tengah-tengah coretan ada belokan, putar balik, atau persilangan, tidak boleh mengangkat ujung pena dari atas kertas.

Katakana: Katakana adalah huruf bergaris tegak lurus. Satu garis tegak lurus ditulis dengan sekali coretan pena. Untuk belokan, yaitu semua belokan di kanan atas dan belokan kiri bawah pada "ム", ditulis dengan satu coretan tanpa mengangkat ujung pena dari kertas.

＊Bentuk huruf, urutan penulisan serta terjemahan dalam buku ini memprioritaskan bagaimana agar pembelajar bahasa Jepang tingkat pemula mudah memahaminya.

あ	い	う	え	お
a	i	u	e	o
か	き	く	け	こ
ka	ki	ku	ke	ko
さ	し	す	せ	そ
sa	shi	su	se	so
た	ち	つ	て	と
ta	chi	tsu	te	to
な	に	ぬ	ね	の
na	ni	nu	ne	no
は	ひ	ふ	へ	ほ
ha	hi	fu	he	ho
ま	み	む	め	も
ma	mi	mu	me	mo
や	ー	ゆ	ー	よ
ya	-	yu	-	yo
ら	り	る	れ	ろ
ra	ri	ru	re	ro

わ	ー	ー	ー	を
wa	-	-	-	o (wo)
ん	ー	ー	ー	ー
n	-	-	-	-

が	ぎ	ぐ	げ	ご
ga	gi	gu	ge	go
ざ	じ	ず	ぜ	ぞ
za	ji (zi)	zu	ze	zo
だ	ぢ	づ	で	ど
da	ji (di)	zu (du)	de	do

ば	び	ぶ	べ	ぼ
ba	bi	bu	be	bo
ぱ	ぴ	ぷ	ぺ	ぽ
pa	pi	pu	pe	po

ア	イ	ウ	エ	オ
a	i	u	e	o
カ	キ	ク	ケ	コ
ka	ki	ku	ke	ko
サ	シ	ス	セ	ソ
sa	shi	su	se	so
タ	チ	ツ	テ	ト
ta	chi	tsu	te	to
ナ	ニ	ヌ	ネ	ノ
na	ni	nu	ne	no
ハ	ヒ	フ	ヘ	ホ
ha	hi	fu	he	ho
マ	ミ	ム	メ	モ
ma	mi	mu	me	mo
ヤ	ー	ユ	ー	ヨ
ya	-	yu	-	yo
ラ	リ	ル	レ	ロ
ra	ri	ru	re	ro

ワ	ー	ー	ー	ヲ
wa	-	-	-	o (wo)
ン	ー	ー	ー	ー
n	-	-	-	-

ガ	ギ	グ	ゲ	ゴ
ga	gi	gu	ge	go
ザ	ジ	ズ	ゼ	ゾ
za	ji (zi)	zu	ze	zo
ダ	ヂ	ズ	デ	ド
da	ji (di)	zu (du)	de	do

バ	ビ	ブ	ベ	ボ
ba	bi	bu	be	bo
パ	ピ	プ	ペ	ポ
pa	pi	pu	pe	po

目 次

1 ひらがな

続けて書くひらがな

上下、左右に並ぶ線のあるひらがな

片側に大きくカーブするひらがな

直線のあとに○を書くひらがな

「の」のあるひらがな

バランスに気をつけるひらがな

2 カタカナ

1──ひらがな HIRAGANA / CHỮ HIRAGANA / HIRAGANA

続けて書くひらがな
Hiragana drawn in one continual motion
Chữ Hiragana viết liền
Hiragana ditulis bersambung

● 縦の線は、上から下へ書きます。
Draw a vertical line from top to bottom.
Viết nét dọc từ trên xuống dưới.
Buat garis vertikal dari atas ke bawah.

①

● 角をまんなかに書きます。
It should curve directly in the center.
Viết góc ở chính giữa.
Sudut garis letakkan di tengah-tengah.

● 最後はとめます。
End the stroke by stopping your pen before lifting it off the paper.
Dừng lại ở cuối.
Terakhir hentikan ujung pena.

● 横の線は、左から右に書きます。
Draw a horizontal line from left to right.
Viết nét ngang từ trái sang phải.
Garis horisontal, ditulis dari kiri ke kanan.

● 角は、少し左側にあります。
It should curve slightly to the left of center.
Góc hơi lệch về phía bên trái.
Sudutnya letakkan agak di sebelah kiri.

①

● 最後はとめます。
End the stroke by stopping your pen before lifting it off the paper.
Dừng lại ở cuối.
Terakhir hentikan ujung pena.

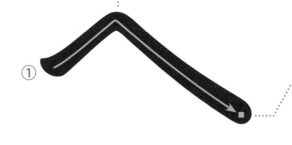

「U」に似ていますが、線が途中で終わります。

It looks like a "U" but the stroke ends midway.
Giống chữ "U" nhưng nét chữ kết thúc giữa chừng.
Mirip "U" namun garisnya terpotong sebagian.

①

● 最後ははらいます。

Lift your pen away from the paper gradually as you end the stroke.
Kéo cho nét thon nhọn ở cuối.
Terakhir angkat ujung pena pelan-pelan.

「し」を横にしたような形です。

It looks like a "し" turned on its side.
Hình dạng giống như đặt chữ "し" nằm ngang.
Huruf "し" yang ditidurkan.

● 横の線を書いて、
大きくカーブします。

Draw a horizontal line with a large curve.
Viết nét ngang rồi tạo đường cong lớn.
Buat garis horisontal lalu buat lengkungan besar.

①

● 最後ははらいます。

Lift your pen away from the paper gradually as you end the stroke.
Kéo cho nét thon nhọn ở cuối.
Terakhir angkat ujung pena pelan-pelan.

1画で書きます。

It should be drawn in one stroke.
Viết bằng một nét.
Ditulis dengan 1 coretan.

● 横の線を書きます。

Draw a horizontal line.
Viết nét ngang.
Buat garis horisontal.

● ここでペンをはなしません。

Don't lift your pen here.
Không nhấc bút ở đây.
Jangan angkat ujung pena di sini.

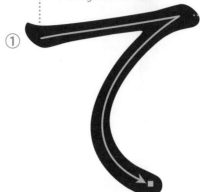

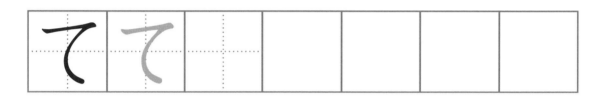

「て」の上にもう1段折り返しがある形です。1画で書きます。

It looks like a "て" with an extra fold on top. It should be drawn in one stroke.
Hình dạng chữ "て" thêm một đoạn gập lại ở phía trên. Viết bằng một nét.
Bentuk "て" dengan 1 tingkat coretan di atasnya. Ditulis dengan 1 kali coretan.

● ここでペンをはなしません。

Don't lift your pen here.
Không nhấc bút ở đây.
Jangan angkat ujung pena di sini.

● ここでペンをはなしません。

Don't lift your pen here.
Không nhấc bút ở đây.
Jangan angkat ujung pena di sini.

1画で書きます。

It should be drawn in one stroke.
Viết bằng một nét.
Ditulis dengan 1 coretan.

● 上は「そ」と同じように書きます。

Draw the top just like the top of "そ".
Phía trên viết giống như chữ "そ".
Bagian atasnya sama dengan cara menulis "そ".

①

● ここでペンをはなしません。

Don't lift your pen here.
Không nhấc bút ở đây.
Jangan angkat ujung pena di sini.

● 「つ」を書きます。

Draw a "つ".
Viết chữ "つ".
Buat "つ".

「ろ」とよく似ています。最後まで一筆で書きます。

It looks a lot like "ろ". It should be drawn in one stroke.
Rất giống chữ "ろ". Viết liền một nét tới cuối.
Mirip sekali dengan "ろ". Tulis dengan 1 kali coretan sampai akhir.

①

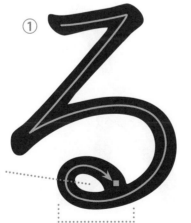

● 「ろ」の最後に小さな○を書きます。

Add a small ○ at the end once you've drawn "ろ".
Viết ○ nhỏ ở cuối chữ "ろ".
Buat ○ (lingkaran) kecil di ujung "ろ".

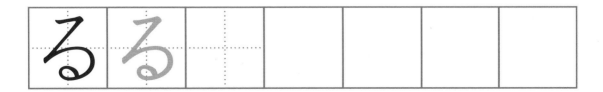

「U」に耳があるのが「ひ」です。左の耳から右の耳まで1画で書きます。

"ひ" is a "U" with ears. It should be drawn in one stroke, from the left ear to the right ear.
Chữ U có tai là "ひ". Viết bằng một nét từ tai bên trái sang tai bên phải.
"ひ" adalah U bertelinga. Dari telinga kanan ke terlinga kiri ditulis dengan 1 coretan.

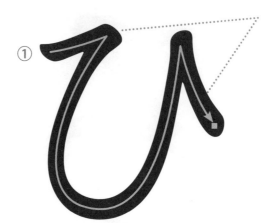

● 左の耳は水平で、右の耳は少し下げます。

The left ear is flat. The right ear should fall slightly.
Tai bên trái nằm ngang, tai bên phải hơi hướng xuống dưới.
Telinga kiri mendatar, telinga kanan agak menurun.

1画で書きます。

It should be drawn in one stroke.
Viết bằng một nét.
Ditulis dengan 1 coretan.

● 「h」に似ていますが、「ん」は、最後に線を上に向かってはらいます。

"ん" looks like an "h", but the stroke rises up at the end as you lift your pen away from the paper gradually.
Giống chữ "h" nhưng trong chữ "ん", hắt nét ở cuối hướng lên trên.
Mirip dengan 「h」 tapi pada 「ん」, terakhir angkat ujung pena pelan-pelan mengarah ke atas .

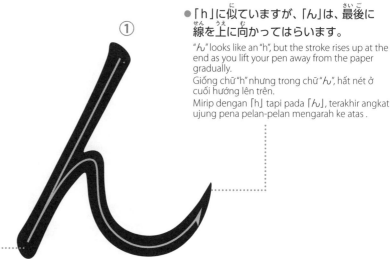

● いちばん下で折り返します。
ペンをはなしてはいけません。

Double back at the bottom.
Don't lift your pen.
Gập lại ở vị trí dưới cùng.
Không được nhấc bút.
Putar balik di titik paling bawah.
Jangan angkat ujung pena.

●はじめに点を書きます。

Start by drawing the short stroke.
Viết nét chấm trước tiên.
Pertama, buat titik.

●ここでペンをはなしません。

Don't lift your pen here.
Không nhấc bút ở đây.
Jangan angkat ujung pena di sini.

●折り返したら、途中で右に下げます。

After doubling back, drop down and to the right midway.
Gập lại rồi giữa chừng hướng xuống bên phải.
Setelah putar balik, turunkan garis ke kanan di pertengahan coretan.

●「ん」と違って、最後は上を向きません。

Unlike "ん", the stroke doesn't rise up at the end.
Khác với chữ "ん", phần cuối không hướng lên trên.
Beda dengan "ん", ujungnya tidak mengarah ke atas.

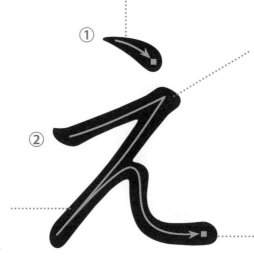

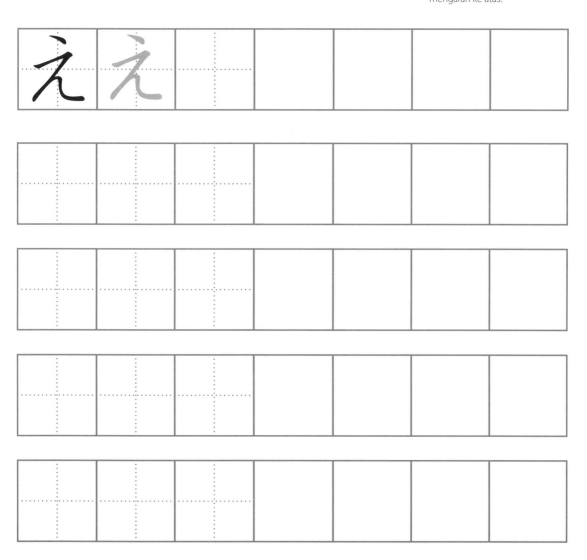

上下、左右に並ぶ線のあるひらがな

Hiragana with strokes that line up vertically or horizontally
Chữ Hiragana có nét xếp theo hàng trên dưới, trái phải
Dengan garis berjejer atas bawah / kanan kiri

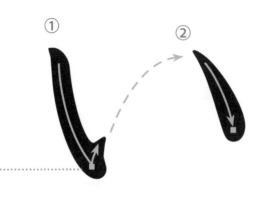

● 右上にはねたあと、
ペンをはなします。

Lift your pen after flicking
up to the right.
Sau khi móc lên phía trên
bên phải, nhấc bút.
Buat kaitan kecil mengarah
ke kanan atas, lalu angkat
ujung pena.

フォントによっては「り」のようにつな
がっていますが、手で書くときは、一度
ペンをはなして、2本の線で書きます。

It may look like one stroke in some fonts (り),
but it should be drawn with two strokes.
Tùy phông chữ, có trường hợp các nét liền
nhau như "り" nhưng khi viết tay, nhấc bút một
lần, viết bằng hai nét.
Ada font yang kanan kirinya bersambung
seperti 「り」, namun saat menulis dengan
tangan, angkat ujung pena sesaat, buat 2 garis.

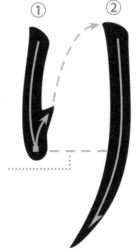

● 左が短く、右の半分ぐらいの長さです。

The left side is shorter – about half the length
of the right.
Bên trái ngắn, chiều dài bằng khoảng một nửa
bên phải.
Garis yang kiri pendek, kurang lebih separuh
dari garis yang kanan.

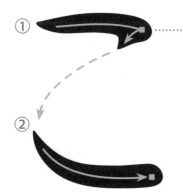

① ②

● 左下にはねたあと、
ペンをはなします。

Lift your pen after flicking down to the left.

Sau khi móc xuống phía dưới bên trái, nhắc bút.

Setelah membuat kaitan kecil mengarah ke kiri bawah, angkat ujung pena.

② ① ③ ④

● 横の線を書いたあと、それと
交差する縦の線を書きます。

After drawing a horizontal line, draw an intersecting vertical line.

Sau khi viết nét ngang, viết nét dọc giao với nét đó.

Buat garis horisontal, lalu garis vertikal menyilang.

● 横の線の下に、小さめの
「こ」と似た形を書きます。

Under the horizontal line, draw a small shape similar to "こ".

Viết hình dạng giống chữ "こ" nhỏ ở dưới nét ngang.

Di bawah garis horisontal, buatlah bentuk mirip 「こ」 yang agak kecil.

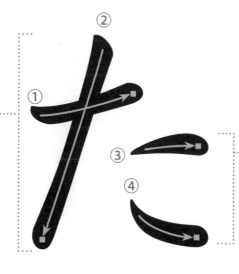

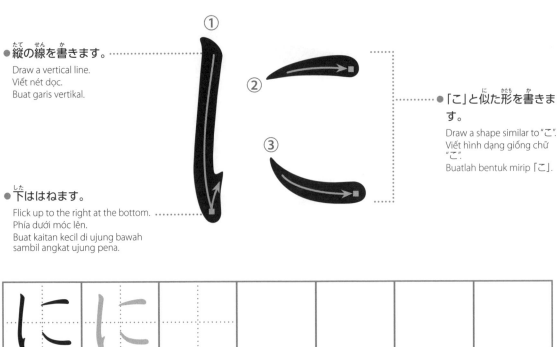

● 縦の線を書きます。
Draw a vertical line.
Viết nét dọc.
Buat garis vertikal.

● 下ははねます。
Flick up to the right at the bottom.
Phía dưới móc lên.
Buat kaitan kecil di ujung bawah sambil angkat ujung pena.

● 「こ」と似た形を書きます。
Draw a shape similar to "こ".
Viết hình dạng giống chữ "こ".
Buatlah bentuk mirip 「こ」.

に に

● 「に」と同じように縦の線を書きます。
Draw a vertical line just like you did for "に".
Viết nét dọc giống như chữ "に".
Buat garis vertikal sama seperti saat menulis "に".

● 横の線を書きます。
Draw a horizontal line.
Viết nét ngang.
Buat garis horisontal.

● 交差する縦の線を書きます。少し左にはらいます。
Draw an intersecting vertical line. It should curve left slightly as you lift your pen away from the paper gradually.
Viết nét dọc giao cắt. Kéo cho nét thon nhọn hơi hướng sang bên trái.
Angkat ujung pena pelan-pelan mengarah ke kiri sedikit.

け け

● 横の線を書きます。

Draw a horizontal line.
Viết nét ngang.
Buat garis horisontal.

● フォントによっては「さ」の
ようにつながっていますが、
手で書くときは、一度ペン
をはなします。

It may look like one stroke in some
fonts (さ), but it should be drawn
with two strokes.
Tùy phông chữ, các nét liền nhau
như "さ" nhưng khi viết tay, nhắc
bút một lần.
Ada font yang ditulis bersambung
seperti 「さ」, namun saat menulis
dengan tangan, angkat ujung
pena sesaat.

② ①

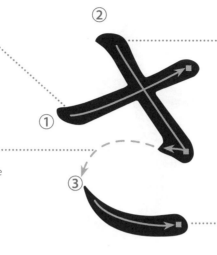

● 交差する斜めの線を書いて、
左にはねます。

Draw an intersecting diagonal line, and
flick up to the left at the end.
Viết nét xiên giao cắt, móc về bên trái.
Buat garis menyilang miring, buat kaitan
kecil mengarah ke kiri sambil angkat.

③

● 下の線を書きます。

Draw the bottom line.
Viết nét dưới.
Buat garis bagian bawah.

■ 「さ」の横の線が2本になったのが「き」です。

"き" is a "さ" with two horizontal lines.
Chữ "さ" có 2 nét ngang là chữ "き".
"き" adalah "さ" dengan 2 garis horisontal.

③ ①

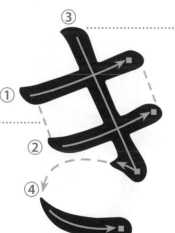

②

● 下の線の方が短いです。

The second line is shorter.
Nét dưới ngắn hơn.
Garis yang bawah lebih pendek.

④

● 交差する斜めの線を書いて、
左にはねます。

Draw an intersecting diagonal line, and
flick up to the left at the end.
Viết nét xiên giao cắt, móc về bên trái.
Buat garis menyilang miring, buat kaitan
kecil mengarah ke kiri sambil angkat.

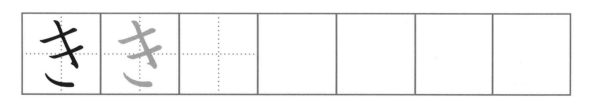

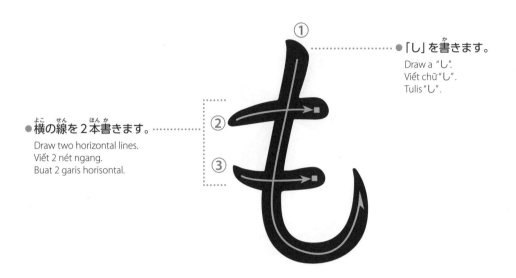

● 「し」を書きます。

Draw a "し".
Viết chữ "し".
Tulis "し".

● 横の線を2本書きます。

Draw two horizontal lines.
Viết 2 nét ngang.
Buat 2 garis horisontal.

● 横の線を書きます。

Draw a horizontal line.
Viết nét ngang.
Buat garis horisontal.

● 右の縦の線を書きます。

Draw a vertical line on the right.
Viết nét dọc bên phải.
Buat garis vertikal sebelah kanan.

● 左も縦の線を書き、
　下を右にカーブさせます。

Draw a vertical line on the left that
curves to the right at the bottom.
Bên trái cũng viết nét dọc, uốn cong
phía dưới sang bên phải.
Buat juga garis vertikal di sebelah kiri,
bagian bawah membelok ke kanan.

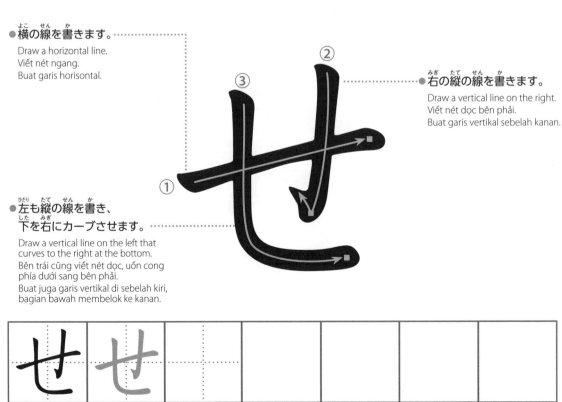

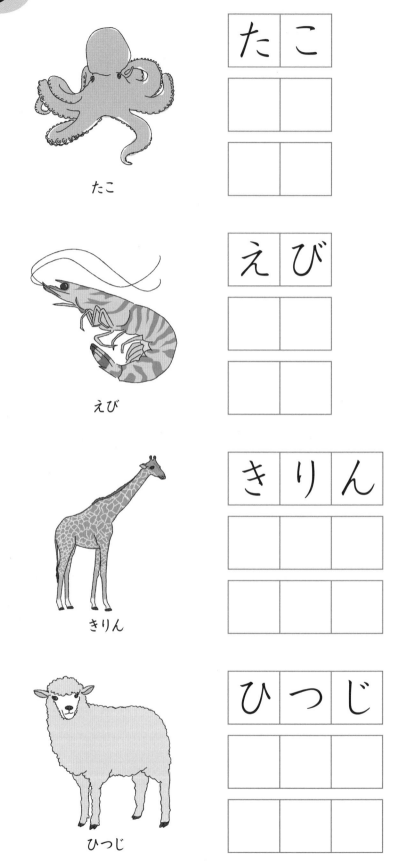

たこ

えび

きりん

ひつじ

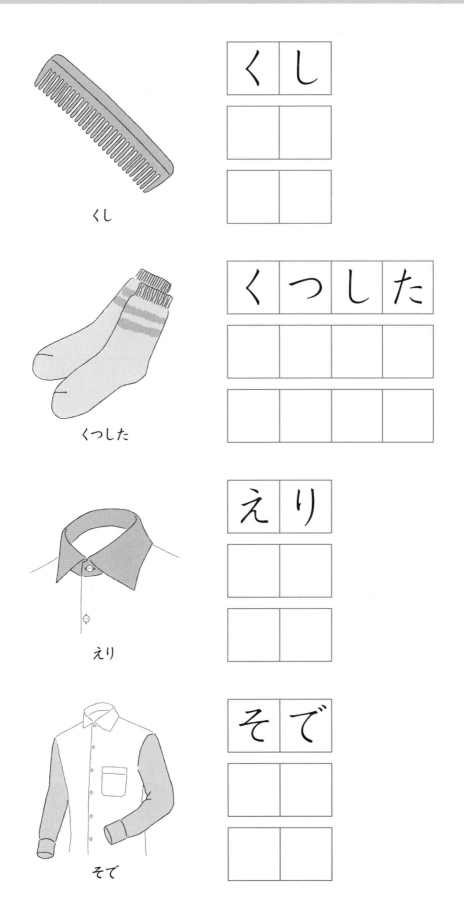

くし

くし

えり

そで

片側に大きくカーブするひらがな

Hiragana with a large curve on one side
Chữ Hiragana có đường cong lớn ở một bên
Hiragana dengan lengkungan besar di satu sisinya

● 縦の短い線を書きます。

Draw a short vertical line.
Viết nét dọc ngắn.
Buat garis vertikal pendek.

● ここでペンをはなします。

Lift your pen.
Nhấc bút ở đây.
Angkat ujung pena di sini.

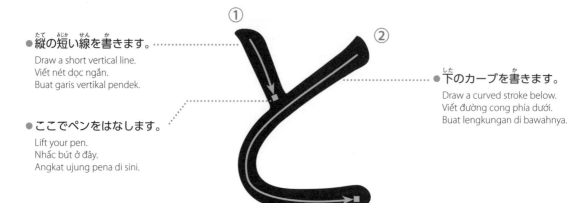

● 下のカーブを書きます。

Draw a curved stroke below.
Viết đường cong phía dưới.
Buat lengkungan di bawahnya.

● はじめに点を書きます。

Start by drawing a short stroke.
Viết nét chấm trước tiên.
Pertama buat titik.

● 縦に長い「つ」を書きます。

Draw a "つ" that is stretched out vertically.
Viết chữ "つ" dài theo chiều dọc.
Tulis "つ" vertikal memanjang.

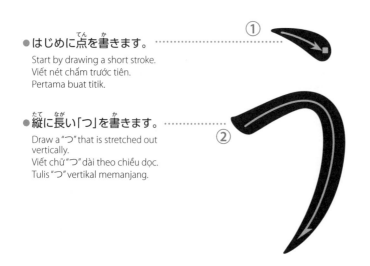

● 点を書いてはねます。

Draw a short stroke that flicks
up to the left.
Viết nét chấm rồi móc lên.
Buat titik, lalu buat kaitan kecil
sambil angkat ujung pena.

● 縦の線を書いてから
「つ」を書きます。

Draw a "つ" after drawing a vertical line.
Viết nét dọc rồi viết chữ "つ".
Buat garis vertikal, lalu tulis "つ".

● 途中でペンをはなさず、
しっかり角をつくります。

Create a distinct corner midway
without lifting your pen.
Không nhấc bút giữa chừng,
tạo góc rõ rệt.
Jangan angkat ujung pena,
langsung buat lengkungan
yang jelas.

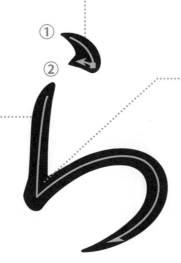

● 横の線を書きます。

Draw a horizontal line.
Viết nét ngang.
Buat garis horisontal.

● 横の線と交差して、
点のない「ら」を書きます。

Draw an intersecting "ら" without
the short stroke at the top.
Viết chữ "ら" không có nét chấm,
giao với nét ngang.
Tulis "ら" tanpa titik menyilang
dengan garis horisontal.

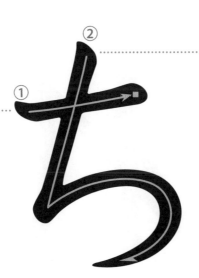

「わ」「れ」「ね」はよく似ています。

"わ", "れ", and "ね" all look very similar.
Chữ "わ" "れ" "ね" rất giống nhau.
"わ" "れ" "ね" ketiganya sangat mirip.

● はじめに縦の線を書きます。

Start by drawing a vertical line.
Viết nét dọc trước tiên.
Pertama, buat garis vertikal.

● 上から「ろ」のような線を書きます。

From the top, draw a stroke resembling "ろ".
Viết nét giống như "ろ" từ trên xuống.
Dari atas buat garis seperti "ろ".

● 途中でペンをはなしてはいけません。

Don't lift your pen mid-stroke.
Không được nhấc bút giữa chừng.
Jangan angkat ujung pena.

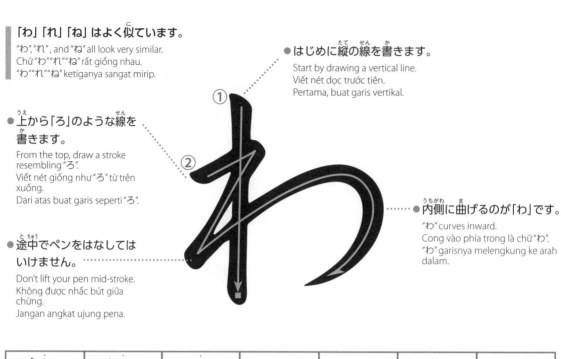

● 内側に曲げるのが「わ」です。

"わ" curves inward.
Cong vào phía trong là chữ "わ".
"わ" garisnya melengkung ke arah dalam.

● 最後に外側に曲げるのが「れ」です。

"れ" curves outward at the end.
Ở cuối cong ra phía ngoài là chữ "れ".
Bagian akhir "れ" garisnya melengkung ke atas.

● ここまでは「わ」と同じです。

Everything is just like "わ" up until this point.
Tới đây thì giống như "わ".
Sampai di sini, sama dengan "わ".

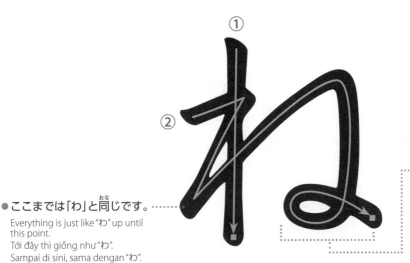

● ここまでは「わ」と同じです。

Everything is just like "わ" up until this point.
Tới đây thì giống như "わ".
Sampai di sini, sama dengan "わ".

●最後に小さな○を書くと「ね」になります。

"ね" has a small ○ at the end.
Sau cùng, viết ○ nhỏ thì sẽ thành chữ "ね".
Terakhir, buat ○ (lingkaran) kecil, jadilah "ね".

ね	ね					

「お」は下の部分を大きく書きます。

The bottom portion of "お" is large.
Trong chữ "お", viết to phần dưới.
"お" bagian bawahnya ditulis besar.

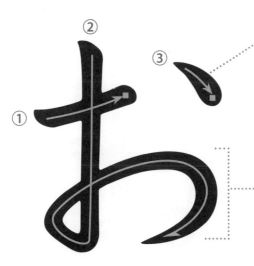

●最後に点を書きます。

Draw a short stroke at the end.
Sau cùng, viết nét chấm.
Terakhir, buat titik.

●大きくカーブして、はらいます。

Draw a large curve and then lift your pen away from the paper gradually.
Viết đường cong lớn rồi kéo cho nét thon nhọn ở cuối.
Buat lengkungan besar, angkat ujung pena pelan-pelan.

お	お					

直線のあとに○を書くひらがな
Hiragana with a ○ drawn following a straight line
Chữ Hiragana viết ○ sau nét thẳng
Hiragana dengan ○ (lingkaran) pada akhir garis lurus.

② ①

● 横の線を書きます。
Draw a horizontal line.
Viết nét ngang.
Buat garis horisontal.

● ここは出しません。
It should not protrude here.
Không nhô ra ở đây.
Di sini tidak keluar garis.

● 時計回りに小さな○を書いて、横向きにとめます。
Draw a clockwise ○ and extend horizontally, and then stop your pen before lifting it off the paper.
Viết ○ nhỏ theo chiều kim đồng hồ, dừng lại theo hướng quay sang ngang.
Buatlah ○ (lingkaran) kecil searah jarum jam, hentikan ujung pena ke arah samping.

よ	よ					

③

● 横の線と交差して「よ」と同じように書きます。
Draw an intersecting "よ".
Viết giống như chữ "よ" giao với nét ngang.
Buat menyilang dengan garis horisontal bentuk seperti "よ".

① ②

● 横の線を2本書きます。下は上より短く書きます。
Draw two horizontal lines. The second line is shorter.
Viết 2 nét ngang. Viết nét dưới ngắn hơn nét trên.
Buat 2 garis horisontal. Garis bawah lebih pendek daripada garis atas.

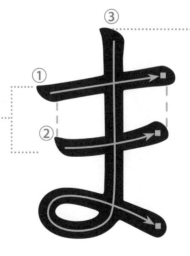

ま	ま					

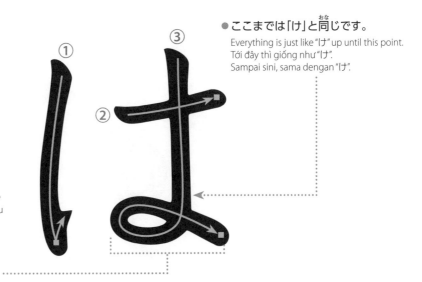

● ここまでは「け」と同じです。

Everything is just like "け" up until this point.
Tới đây thì giống như "け".
Sampai sini, sama dengan "け".

● 最後は「よ」と同じように
小さな○を書いてとめます。

Draw a small ○ at the end like you
did with "よ" and then stop your
pen before lifting it off the paper.
Sau cùng, viết ○ nhỏ giống như
chữ "よ" rồi dừng lại.
Terakhir seperti "よ", buat ○ (ling-
karan) kecil hentikan ujung pena.

● 「は」の横線を2本にすると「ほ」になります。

"ほ" is a "は" with two horizontal lines.
Chữ "は" có hai nét ngang là chữ "ほ".
"ほ" adalah "は" dengan 2 garis horisontal.

● ここは上に出しません。

It should not protrude here at
the top.
Chỗ này không nhô lên phía
trên.
Bagian ini tidak keluar ke atas.

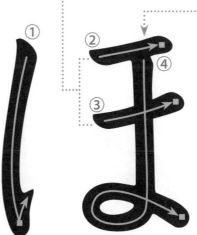

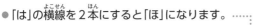

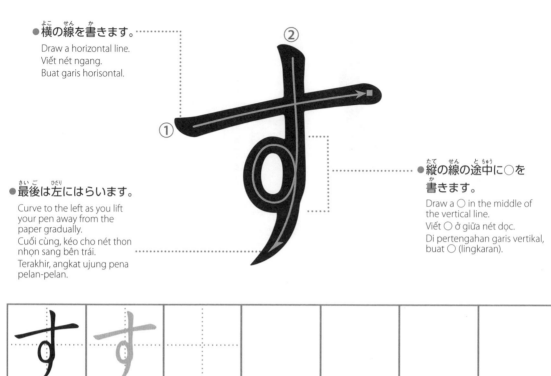

● 横の線を書きます。

Draw a horizontal line.
Viết nét ngang.
Buat garis horisontal.

● 最後は左にはらいます。

Curve to the left as you lift
your pen away from the
paper gradually.
Cuối cùng, kéo cho nét thon
nhọn sang bên trái.
Terakhir, angkat ujung pena
pelan-pelan.

● 縦の線の途中に○を
書きます。

Draw a ○ in the middle of
the vertical line.
Viết ○ ở giữa nét dọc.
Di pertengahan garis vertikal,
buat ○ (lingkaran).

● 長い線と短い線のバランス
に気をつけます。

Pay attention to the balance of
the short and long lines.
Lưu ý đến sự cân bằng giữa nét
dài và nét ngắn.
Perhatikan keseimbangan garis
panjang dan garis pendek.

● ○のある長い線を書きます。

Draw a long line with a ○.
Viết nét dài có ○.
Buat garis panjang yang memiliki
○ (lingkaran).

● 縦の短い線を書きます。

Draw a short vertical line.
Viết nét có chiều dọc ngắn.
Buat garis vertikal pendek.

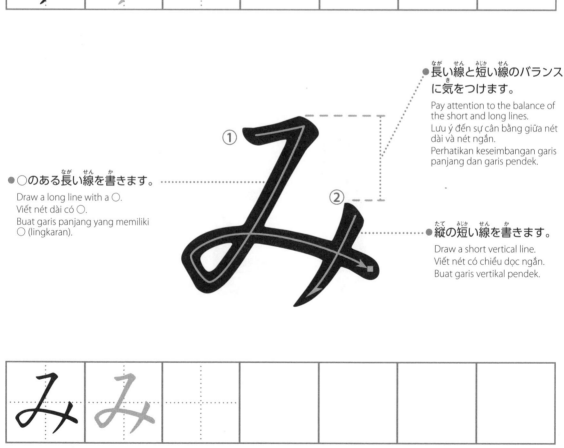

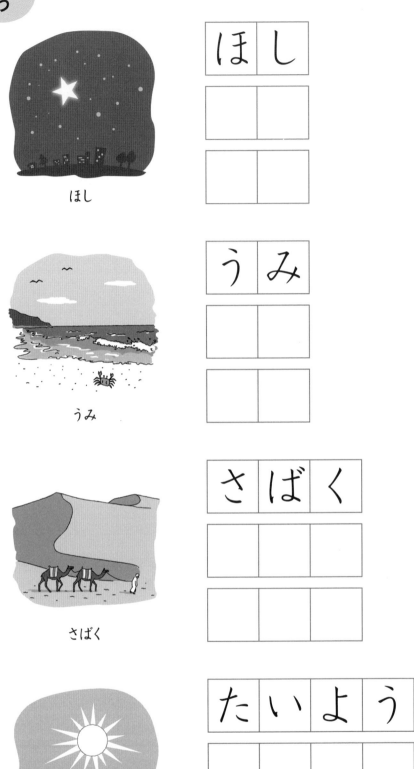

ほし

ほ	し

うみ

う	み

さばく

さ	ば	く

たいよう

た	い	よ	う

わ	れ	ま	す

われます

お	よ	ぎ	ま	す

およぎます

ま	ち	ま	す

まちます

ね	ま	す

ねます

「の」のあるひらがな

Hiragana that include "の"
Chữ Hiragana có "の".
Hiragana dengan "の"

まんなかから、時計回りに
○を書きます。

Draw a clockwise ○ spiraling
out from the center.
Từ chính giữa, viết ○ theo chiều
kim đồng hồ.
Buatlah ○ (lingkaran) searah
jarum jam dari tengah-tengah.

● ここは上に出しません。

It should not protrude here at the
top.
Chỗ này không nhô lên phía trên.
Bagian ini tidak keluar ke atas.

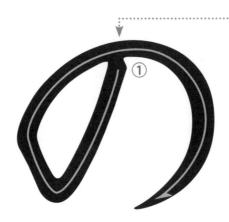

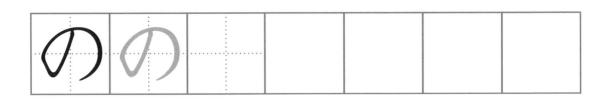

● はじめに斜めに短い縦の線
を書きます。

Start by drawing a short vertical
and slightly diagonal line.
Trước tiên, viết nét xiên dọc ngắn.
Pertama, buat garis vertikal
pendek miring.

① ②

● 「の」と違って、
ここを上に出します。

Unlike "の", it should protrude
out toward the top here.
Khác với "の", chỗ này nhô lên
phía trên.
Beda dengan "の", bagian ini
keluar ke atas.

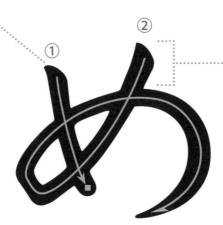

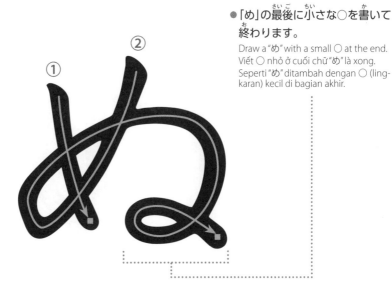

● 「め」の最後に小さな○を書いて
終わります。

Draw a "め" with a small ○ at the end.
Viết ○ nhỏ ở cuối chữ "め" là xong.
Seperti "め" ditambah dengan ○ (ling-karan) kecil di bagian akhir.

① ②

ぬ ぬ

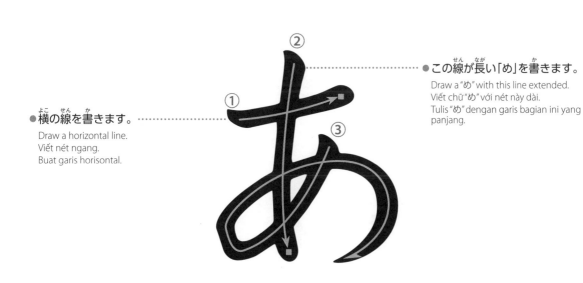

● この線が長い「め」を書きます。

Draw a "め" with this line extended.
Viết chữ "め" với nét này dài.
Tulis "め" dengan garis bagian ini yang panjang.

● 横の線を書きます。

Draw a horizontal line.
Viết nét ngang.
Buat garis horisontal.

① ② ③

あ あ

バランスに気をつけるひらがな

Hiragana that require special attention to balance
Chữ Hiragana cần lưu ý tới sự cân bằng
Hiragana yang mementingkan keseimbangan

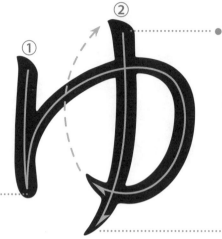

● ○と2か所で交差する縦の線を書き、左にはらいます。

Draw a vertical line that intersects the ○ in two spots and then curves left slightly as you lift your pen away from the paper gradually.

Viết nét dọc giao với ○ ở hai chỗ, kéo cho nét thon nhọn sang bên trái.

Buat garis vertikal menyilang dengan ○ (lingkaran) di 2 tempat, angkat ujung pena pelan-pelan ke kiri.

● 折り返して○を書きます。

Double back and draw a ○.
Gập ngược trở lại, viết ○.
Putar balik, buat ○ (lingkaran).

● いちばん上に点を書きます。

Draw a short stroke at the top.
Viết nét chấm lên trên cùng.
Buat titik di paling atas.

● クエスチョンマーク（？）を逆さまにした形を書きます。

Draw a shape similar to an upside-down question mark.
Viết hình dấu chấm hỏi (?) ngược.
Buat tanda tanya (?) terbalik.

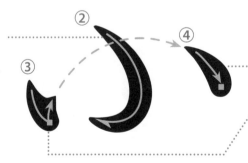

● 左と右に少し長めに点を書きます。

Draw slightly-longer short strokes to the left and right.
Viết nét chấm hơi dài một chút ở bên trái và bên phải.
Buat titik agak panjang di kanan dan kiri.

● 「ち」を途中まで書きます。
下は小さく書きます。

Draw a "ち" with a small bottom portion that ends midway.
Viết chữ "ち" đến giữa chừng.
Phía dưới viết nhỏ lại.
Tulis sebagian huruf "ち". Bagian bawah buat lebih pendek.

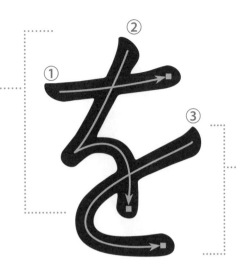

● 「と」の2画目と同じです。

This is the same as the second stroke of "と".
Giống như nét thứ 2 của chữ "と".
Sama dengan coretan kedua pada "と".

少し左にかたむけて書きます。

It should lean to the left slightly.
Viết hơi nghiêng sang bên trái.
Ditulis agak condong ke kiri.

● 点を書いてはねます。

Draw a short stroke that flicks up to the left.
Viết nét chấm rồi móc lên.
Buat titik, lalu buat kaitan kecil sambil angkat ujung pena.

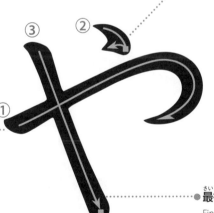

● 「つ」を書きます。

Draw a "つ".
Viết chữ "つ".
Tulis "つ".

● 最後に左側の長い線を書きます。

Finally, draw a long line on the left side.
Sau cùng, viết nét dài bên trái.
Terakhir, buat garis panjang di sebelah kiri.

縦の線から書かないように気をつけます。

Be careful not to start with the vertical line.

Lưu ý không viết từ nét dọc.

Perhatikan, jangan buat garis vertikal lebih dulu.

縦の線を書きます。

Draw a vertical line.

Viết nét dọc.

Buat garis vertikal.

左から右へ線を書き、途中で下に曲げます。

Draw a line from left to right that curves downward midway.

Viết nét từ trái sang phải, giữa chừng uốn cong xuống dưới.

Buat garis dari kiri ke kanan, di pertengahan belok ke bawah.

最後に長めの点を書きます。

Finally, draw a slightly-longer short stroke.

Sau cùng, viết nét chấm hơi dài một chút.

Terakhir buat titik agak panjang.

ここではねます。

Flick the pen up to the left here.

Móc lên ở chỗ này.

Buat kaitan kecil di sini dan angkat ujung pena.

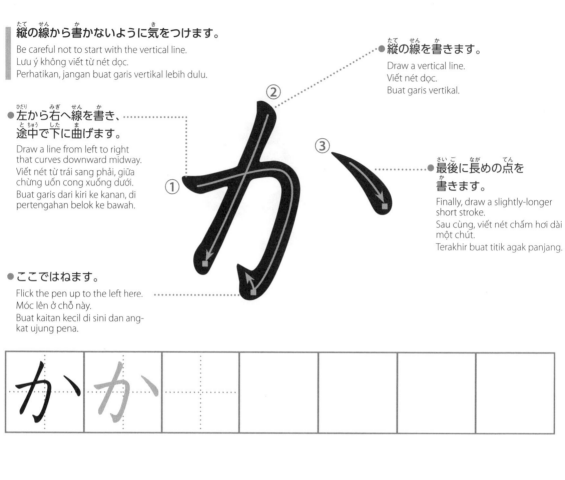

「た」と同じように横、縦の線を書きます。

Draw a horizontal and vertical line like you did with "た".

Viết nét ngang, dọc giống như chữ "た".

Sama dengan "た", buat garis horisontal lalu vertikal.

点を書きます。

Draw a short stroke.

Viết nét chấm.

Buat titik.

横の線のない「よ」を書きます。

Draw a "よ" without the horizontal line.

Viết chữ "よ" không có nét ngang.

Tulis "よ" tanpa garis horisontal.

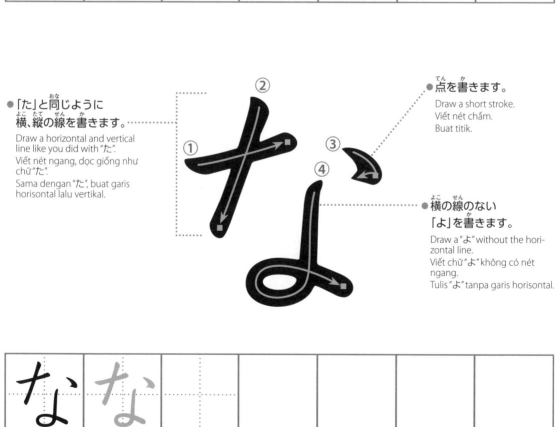

● ○を書いたあと、線を下から
上に向けてはらいます。

After drawing the ○, the line curves
up as you lift your pen away from
the paper gradually.
Sau khi viết ○, kéo cho nét thon
nhọn từ dưới hướng lên trên.
Setelah membentuk ○ (lingkaran),
tarik garis dari bawah ke atas, angkat
ujung pena pelan-pelan.

● 最後に点を書きます。

Finally, draw a short stroke.
Sau cùng, viết nét chấm.
Terakhir beri titik.

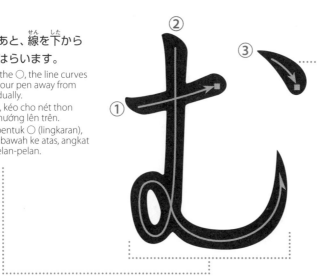

きもの

きもの

かつら

かつら

めがね

めがね

ゆびわ

ゆびわ

やかんをかいます

|や|か|ん|を|か|い|ま|す|

やかんをかいます

なっとうをたべます

|な|っ|と|う|を|た|べ|ま|す|

なっとうをたべます

あめをあげます

|あ|め|を|あ|げ|ま|す|

あめをあげます

いぬがほえます

|い|ぬ|が|ほ|え|ま|す|

いぬがほえます

1画のカタカナ
Single-stroke Katakana
Chữ Katakana một nét
Katakana Dengan Satu Coretan

「ヘ」「ノ」「フ」「レ」の4字が、カタカナの書き方の基本です。

The "ヘ","ノ","フ", and "レ" characters serve as the basis for drawing all katakana characters.
4 chữ ヘ, ノ, フ, レ là căn bản của cách viết chữ Katakana.
Huruf ヘ ノ フ レ adalah 4 bentuk dasar penulisan Katakana.

「ヘ」は、ひらがなとカタカナの形が同じです。

"ヘ" is the same in hiragana and katakana.
Chữ "ヘ" có hình dạng chữ Hiragana và Katakana giống nhau.
Bentuk "ヘ" sama untuk Hiragana dan Katakana.

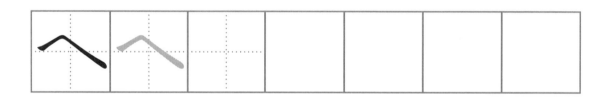

● 右上から左下に向かう ① ゆるやかなカーブです。

It curves gradually from the upper-right to the lower-left.
Là đường cong nhẹ nhàng từ phía trên bên phải sang phía dưới bên trái.
Lengkungan ringan dari kanan atas ke kiri bawah.

● 下ははらいます。
Lift your pen away from the paper gradually as you end the stroke.
Kéo cho nét thon nhọn ở phía dưới.
Di bawah angkat ujung pena pelan-pelan.

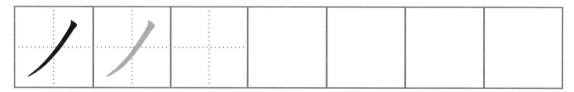

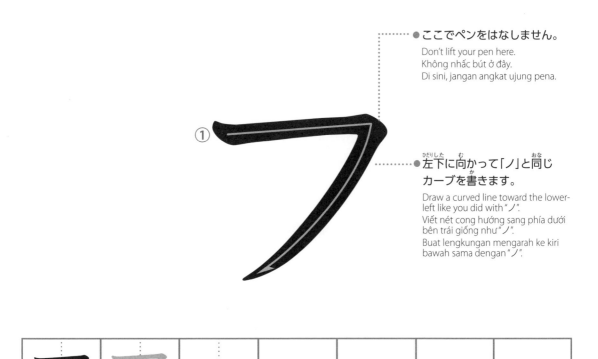

● ここでペンをはなしません。
Don't lift your pen here.
Không nhấc bút ở đây.
Di sini, jangan angkat ujung pena.

● 左下に向かって「ノ」と同じカーブを書きます。
Draw a curved line toward the lower-left like you did with "ノ".
Viết nét cong hướng sang phía dưới bên trái giống như "ノ".
Buat lengkungan mengarah ke kiri bawah sama dengan "ノ".

① フ フ

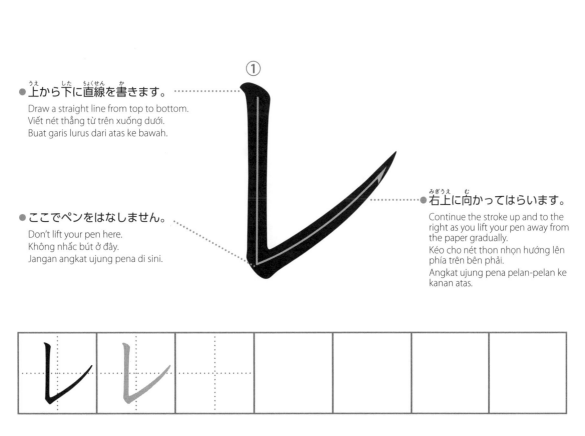

● 上から下に直線を書きます。
Draw a straight line from top to bottom.
Viết nét thẳng từ trên xuống dưới.
Buat garis lurus dari atas ke bawah.

● ここでペンをはなしません。
Don't lift your pen here.
Không nhấc bút ở đây.
Jangan angkat ujung pena di sini.

● 右上に向かってはらいます。
Continue the stroke up and to the right as you lift your pen away from the paper gradually.
Kéo cho nét thon nhọn hướng lên phía trên bên phải.
Angkat ujung pena pelan-pelan ke kanan atas.

① レ レ

線がはなれているカタカナ
Katakana with separated strokes
Chữ Katakana có các nét tách rời.
Katakana yang garisnya terpisah

● 2本の平行な横の線です。

The two horizontal lines are parallel to each other.
Là hai nét ngang song song.
Dua garis horisontal sejajar.

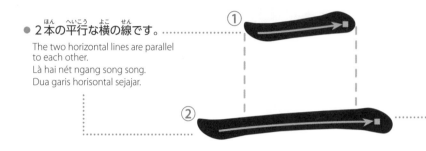

● 下の線は上の線より少し長く書きます。

The bottom line is slightly longer than the top.
Viết nét dưới dài hơn nét trên một chút.
Garis di bawah lebih panjang sedikit dari garis atas.

● 上は間を狭く、下は広くします。

A small space between the two strokes at the top gets larger at the bottom.
Khoảng trống ở trên hẹp, ở dưới rộng.
Bagian atas menyempit, bagian bawah melebar.

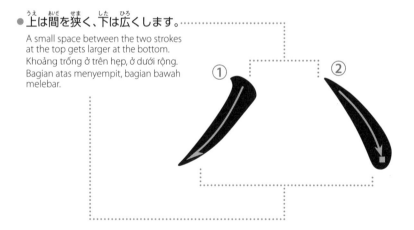

ひらがなの「り」と同じ形です。

This looks the same as the hiragana "り".
Hình dạng giống như chữ "り" trong Hiragana.
Bentuknya sama dengan Hiragana "り".

● 左は直線で書きます。
ひらがなの「り」と違って
はねません。

The left line is straight. Unlike the hiragana "り", there is no flick.
Bên trái viết nét thẳng. Khác với chữ "り" trong Hiragana, không móc lên.
Bagian kiri garis lurus. Beda dengan Hiragana "り", di ujung tidak buat kaitan kecil.

● 左に「ノ」、右に「レ」を書きます。

Draw a "ノ" on the left and a "レ" on the right.
Viết chữ "ノ" bên trái, chữ "レ" bên phải.
Sebelah kiri tulis "ノ", sebelah kanan "レ".

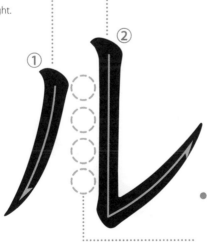

● 線がはなれないように
書きます。

Keep the spacing between the right and left halves consistent.
Hãy viết sao cho các nét không tách rời.
Jangan sampai garisnya terpisah lebar.

● 左から右に斜めの短い線（点）を書きます。

Draw a short stroke that slants from left to right.

Viết nét xiên ngắn (nét chấm) từ trái sang phải.

Buat garis pendek (titik) miring dari kiri ke kanan.

● 下から上にカーブを書きます。

Draw a line that curves from bottom to top.

Viết nét cong từ dưới lên trên.

Buat garis lengkung dari bawah ke atas.

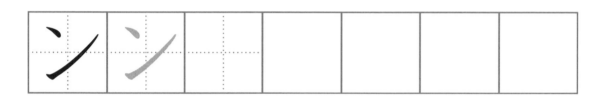

「ン」の短い線（点）が2本になると「シ」です。

"シ" is a "ン" with two short strokes.

Chữ "ン" có hai nét ngắn (nét chấm) là chữ "シ".

"シ" adalah "ン" dengan 2 garis pendek (titik).

● 平行に書きます。

They should be parallel.

Viết song song.

Buat sejajar.

● 下から上にカーブを書きます。

Draw a line that curves from bottom to top.

Viết nét cong từ dưới lên trên.

Buat garis lengkung dari bawah ke atas.

● 「ン」よりも縦にした短い線（点）
を書きます。

Draw a short stroke slightly more
vertical than in "ン".
Viết nét ngắn (nét chấm) đặt theo
chiều dọc hơn so với "ン".
Buat garis pendek (titik) seperti "ン"
namun lebih tegak.

① ②

● 「ン」と違い、右上から左下に
「ノ」と同じカーブを書きます。

Unlike "ン", the line should curve from
the upper-right to lower-left like in "ノ".
Khác với "ン", viết nét cong giống như
"ノ" từ phía trên bên phải sang phía
dưới bên trái.
Beda dengan "ン", buat garis lengkung
dari kanan atas ke kiri bawah seperti
"ノ".

● 「ソ」の短い線（点）が2本になると「ツ」です。

"ツ" is a "ソ" with two short strokes.
Chữ "ソ" có hai nét ngắn (nét chấm) là chữ "ツ".
"ツ" adalah "ソ" dengan 2 garis pendek (titik).

● 平行に書きます。

They should be parallel.
Viết song song.
Buat sejajar.

① ② ③

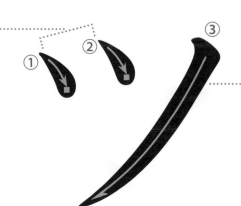

● 「ノ」を書きます。

Draw a "ノ".
Viết chữ "ノ".
Tulis "ノ".

●斜めの<ruby>平行線<rt>へいこうせん</rt></ruby>を<ruby>上<rt>うえ</rt></ruby>から３<ruby>本<rt>ぼんか</rt></ruby>書きます。

Starting from the top, draw 3 slanting lines that are parallel to each other.
Viết 3 nét xiên song song từ trên xuống.
Buat dari atas 3 garis miring sejajar.

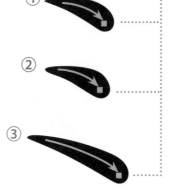

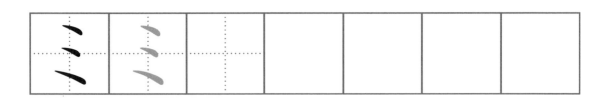

●<ruby>横<rt>よこ</rt></ruby>の<ruby>線<rt>せん</rt></ruby>を<ruby>書<rt>か</rt></ruby>きます。

Draw a horizontal line.
Viết nét ngang.
Buat garis horisontal.

●<ruby>下<rt>した</rt></ruby>に「フ」を<ruby>書<rt>か</rt></ruby>きます。

Draw a "フ" below.
Viết chữ "フ" ở dưới.
Di bawahnya tulis "フ".

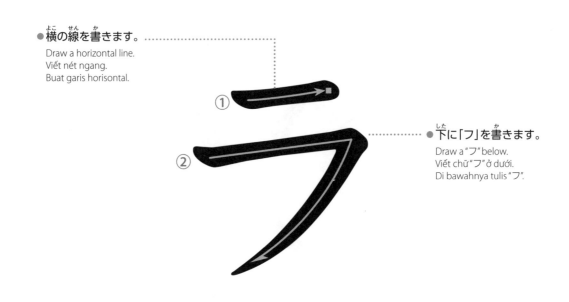

● 「二」を書きます。

Draw a "二".
Viết chữ "二".
Tulis "二".

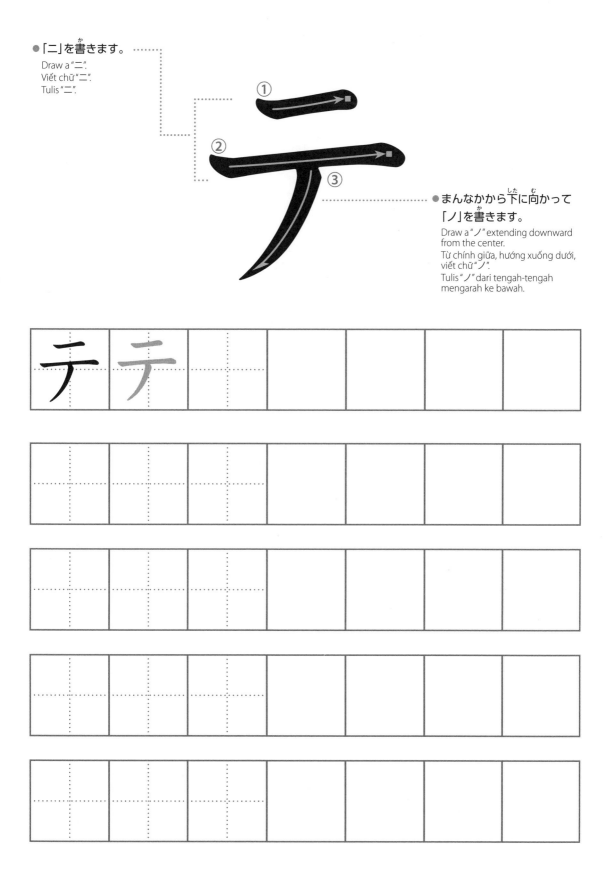

① ②

③

● まんなかから下に向かって「ノ」を書きます。

Draw a "ノ" extending downward from the center.
Từ chính giữa, hướng xuống dưới, viết chữ "ノ".
Tulis "ノ" dari tengah-tengah mengarah ke bawah.

シ	ャ	ツ
	ャ	
	ャ	

シャツ

マ	フ	ラ	ー
マ			
マ			

マフラー

パ	ン	ツ

パンツ

リ	ン	グ
		グ
		グ

リング

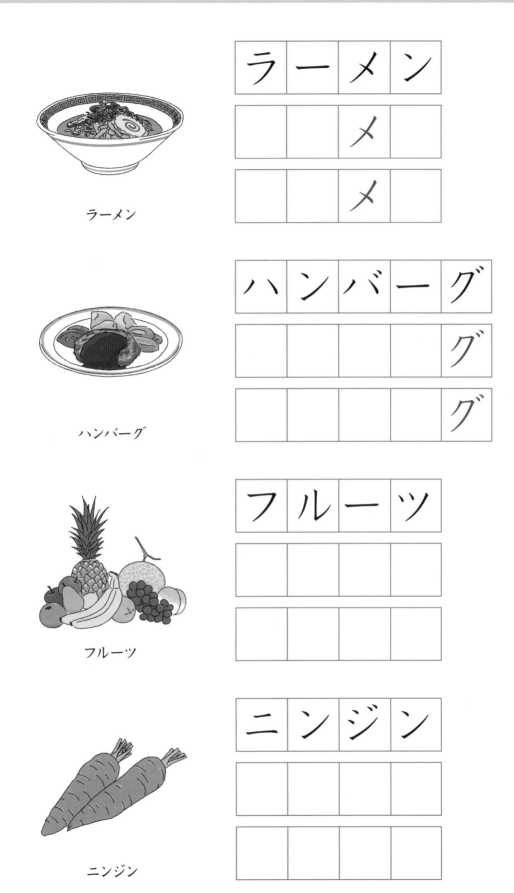

ラ	ー	メ	ン
		メ	
		メ	

ラーメン

ハ	ン	バ	ー	グ
				グ
				グ

ハンバーグ

フ	ル	ー	ツ

フルーツ

ニ	ン	ジ	ン

ニンジン

２本の線が接しているカタカナ

Katakana with two strokes touching
Chữ Katakana có hai nét tiếp xúc
Katakana dengan 2 garis yang bertemu

● 小_{ちい}さめの「ノ」を書_かきます。

Draw a smaller "ノ".
Viết chữ "ノ" hơi nhỏ một chút.
Tulis "ノ" agak kecil.

● まんなかから縦_{たて}の線_{せん}を書_かきます。

Draw a vertical line in the center.
Từ chính giữa, viết nét dọc.
Buat garis vertikal dari tengah-tengahnya.

● 縦_{たて}に長_{なが}い線_{せん}を書_かきます。

Draw a long vertical line.
Viết nét dọc dài.
Buat garis panjang vertikal.

● まんなかから下_{した}に向_むけて
短_{みじか}い線_{せん}を書_かきます。

From the center of that line, draw
a short line that slants downward.
Từ chính giữa, viết nét ngắn hướng
xuống dưới.
Buat garis pendek dari tengah
mengarah ke bawah.

● 「フ」を書きます。
Draw a "フ".
Viết chữ "フ".
Tulis "フ".

① ②

● まんなかから斜めの線を書きます。
Draw a diagonal line out from the center.
Từ chính giữa, viết nét xiên.
Buat garis miring dari tengah-tengahnya.

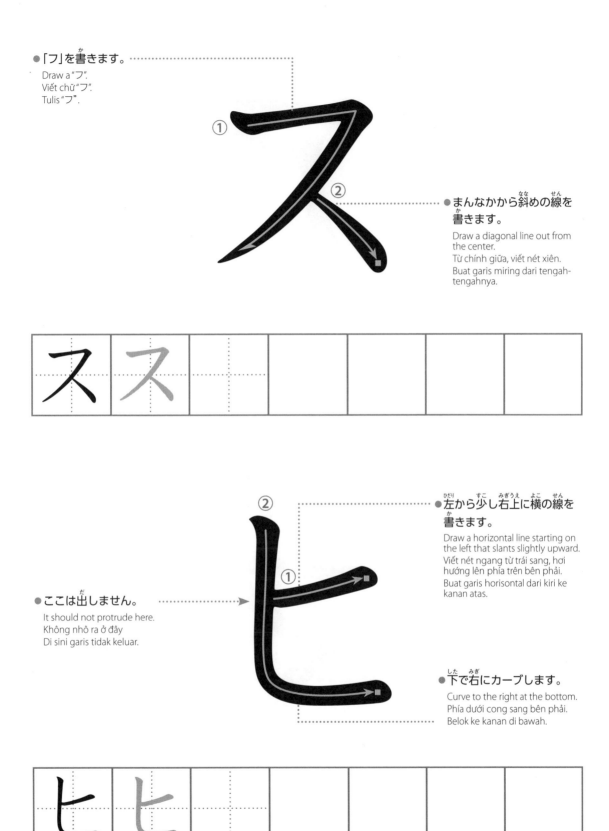

② ①

● 左から少し右上に横の線を書きます。
Draw a horizontal line starting on the left that slants slightly upward.
Viết nét ngang từ trái sang, hơi hướng lên phía trên bên phải.
Buat garis horisontal dari kiri ke kanan atas.

● ここは出しません。
It should not protrude here.
Không nhô ra ở đây
Di sini garis tidak keluar.

● 下で右にカーブします。
Curve to the right at the bottom.
Phía dưới cong sang bên phải.
Belok ke kanan di bawah.

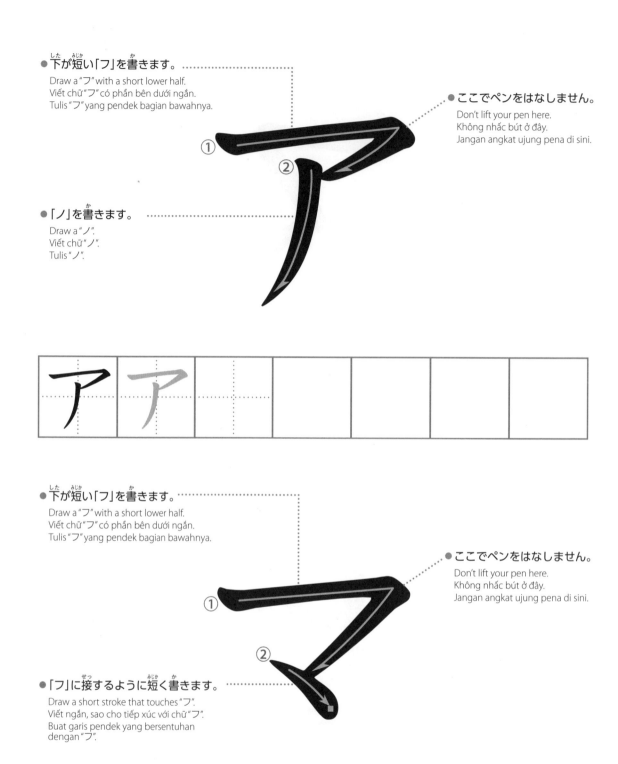

● 下が短い「フ」を書きます。
Draw a "フ" with a short lower half.
Viết chữ "フ" có phần bên dưới ngắn.
Tulis "フ" yang pendek bagian bawahnya.

● ここでペンをはなしません。
Don't lift your pen here.
Không nhấc bút ở đây.
Jangan angkat ujung pena di sini.

① ②

● 「ノ」を書きます。
Draw a "ノ".
Viết chữ "ノ".
Tulis "ノ".

● 下が短い「フ」を書きます。
Draw a "フ" with a short lower half.
Viết chữ "フ" có phần bên dưới ngắn.
Tulis "フ" yang pendek bagian bawahnya.

● ここでペンをはなしません。
Don't lift your pen here.
Không nhấc bút ở đây.
Jangan angkat ujung pena di sini.

①

②

● 「フ」に接するように短く書きます。
Draw a short stroke that touches "フ".
Viết ngắn, sao cho tiếp xúc với chữ "フ".
Buat garis pendek yang bersentuhan
dengan "フ".

● 小さな「ノ」を書きます。
Draw a small "ノ".
Viết chữ "ノ" nhỏ.
Tulis "ノ" kecil.

● 横の線が短い「フ」を
書きます。
Draw a "フ" with a short upper half.
Viết chữ "フ" có nét ngang ngắn.
Tulis "フ" dengan garis horisontal
yang pendek.

ク	ク				

「ク」の縦線の間に横線を1本書くと「タ」になります。
"タ" is a "ク" with an extra horizontal line between the vertical lines.
Viết thêm một nét ngang giữa các nét dọc của chữ "ク" sẽ thành chữ "タ".
"タ" adalah "ク" yang diberi garis horisontal di antara garis vertikalnya.

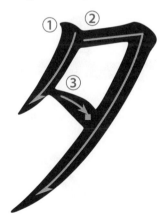

タ	タ				

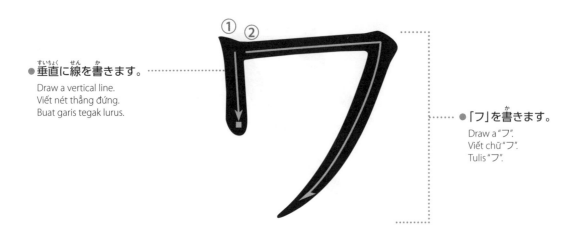

● 垂直に線を書きます。

Draw a vertical line.
Viết nét thẳng đứng.
Buat garis tegak lurus.

● 「フ」を書きます。

Draw a "フ".
Viết chữ "フ".
Tulis "フ".

「ワ」の上に短い縦の線(点)を書くと「ウ」になります。

"ウ" is a "ワ" with a short vertical stroke drawn on top.
Viết nét dọc ngắn (nét chấm) lên trên chữ "ワ" sẽ thành chữ "ウ".
"ウ" adalah "ワ" dengan garis pendek (titik) vertikal di atasnya.

● はじめに点を書きます。

Start by drawing the short stroke.
Viết nét chấm trước tiên.
Pertama, buat titik.

● 「ワ」を書きます。

Draw a "ワ".
Viết chữ "ワ".
Tulis "ワ".

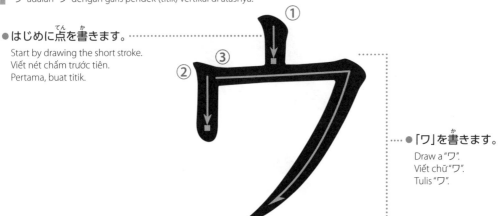

「コ」は、必ず2画で書きます。

"コ" should be drawn with two strokes.
Nhất định phải viết chữ "コ" bằng hai nét.
"コ" harus ditulis dengan 2 coretan.

● ここでペンをはなしません。

Don't lift your pen here.
Không nhấc bút ở đây.
Jangan angkat ujung pena di sini.

● 横の線を書きます。

Draw a horizontal line.
Viết nét ngang.
Buat garis horisontal.

「コ」の横の線が1本増えた字が「ヨ」です。

"ヨ" is a "コ" with an extra horizontal stroke.
Chữ "コ" có thêm một nét ngang là chữ "ヨ".
"ヨ" adalah "コ" yang garis horisontalnya ditambahkan 1 lagi.

● ここでペンをはなしません。

Don't lift your pen here.
Không nhấc bút ở đây.
Jangan angkat ujung pena di sini.

● まんなかの横の線を
書きます。

Draw a horizontal line in
the middle.
Viết nét ngang ở giữa.
Buat garis horisontal di
tengah.

● 最後に書きます。

Draw this last.
Viết sau cùng.
Terakhir buat garis horisontal.

「口」は3画で書かなければなりません。

"口" should be drawn with three strokes.
Phải viết chữ "口" bằng ba nét.
"口" harus ditulis dengan 3 coretan.

● 縦の線を書きます。

Draw a vertical line.
Viết nét dọc.
Buat garis vertikal.

● 縦の線に接する「コ」を
書きます。

Draw a "コ" that touches the vertical line.
Viết chữ "コ" tiếp xúc với nét dọc.
Tulis "コ" yang ujungnya bertemu garis vertikal.

「コ」と同じ書き方です。

It is drawn in the same fashion as "コ".
Cách viết giống như chữ "コ".
Cara penulisannya sama dengan "コ".

● 上の部分を「コ」より少し小さく書きます。

The upper portion should be slightly smaller than when drawing "コ".
Bộ phận phía trên viết nhỏ hơn chữ "コ" một chút.
Bagian atasnya ditulis agak kecil dari "コ".

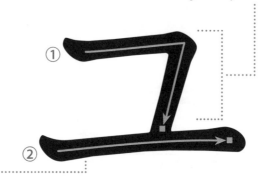

● 横の線を書きます。

Draw a horizontal line.
Viết nét ngang.
Buat garis horisontal.

「ユ」と違（ちが）って、3画（かく）で書（か）きます。
Unlike "ユ", it should be drawn with three strokes.
Khác với "ユ", viết bằng ba nét.
Beda dengan "ユ", ditulis dengan 3 coretan.

● 横（よこ）の線（せん）を書（か）きます。
Draw a horizontal line.
Viết nét ngang.
Buat garis horisontal.

● まんなかから短（みじか）い縦（たて）の線（せん）を
書（か）きます。
Draw a short vertical line in the center.
Từ chính giữa, viết nét dọc ngắn.
Buat garis vertikal pendek dari tengahnya.

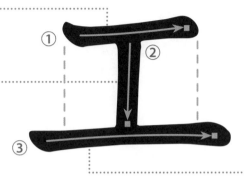

● 最後（さいご）に横（よこ）の線（せん）を書（か）きます。
Finally, draw a horizontal line.
Sau cùng, viết nét ngang.
Terakhir buat garis horisontal.

● ここでペンをはなさずに
そのまま横（よこ）の線（せん）を書（か）きます。
Continue on to draw a horizontal line
without lifting your pen.
Giữ nguyên tư thế không nhấc bút ở
đây và viết nét ngang.
Jangan angkat ujung pena di sini,
langsung tarik garis horisontal.

● 短（みじか）い斜（なな）めの線（せん）を書（か）きます。
Draw a short diagonal line.
Viết nét xiên ngắn.
Tambahkan garis miring pendek.

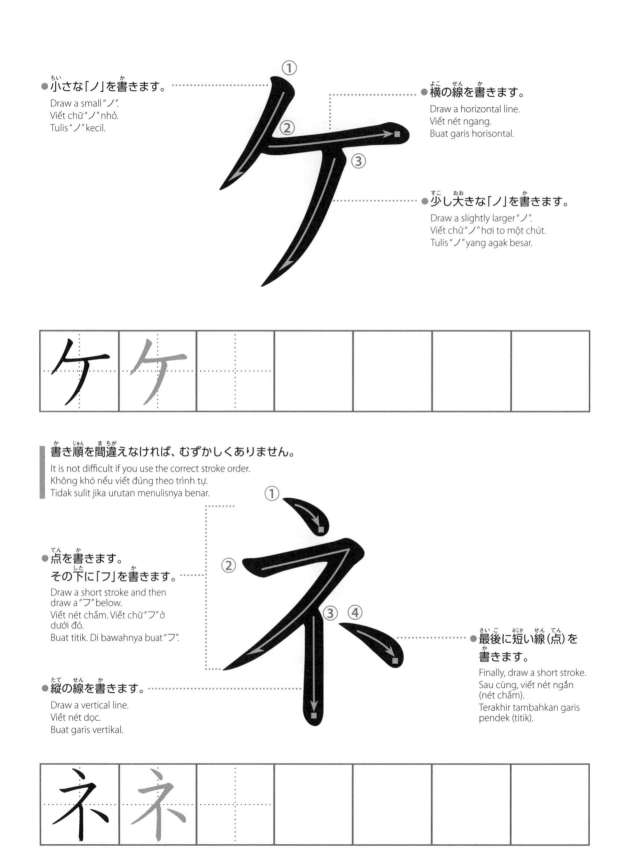

● 小さな「ノ」を書きます。
Draw a small "ノ".
Viết chữ "ノ" nhỏ.
Tulis "ノ" kecil.

① ② ③

● 横の線を書きます。
Draw a horizontal line.
Viết nét ngang.
Buat garis horisontal.

● 少し大きな「ノ」を書きます。
Draw a slightly larger "ノ".
Viết chữ "ノ" hơi to một chút.
Tulis "ノ" yang agak besar.

ケ　ケ

書き順を間違えなければ、むずかしくありません。
It is not difficult if you use the correct stroke order.
Không khó nếu viết đúng theo trình tự.
Tidak sulit jika urutan menulisnya benar.

①②③④

● 点を書きます。
　その下に「フ」を書きます。
Draw a short stroke and then draw a "フ" below.
Viết nét chấm. Viết chữ "フ" ở dưới đó.
Buat titik. Di bawahnya buat "フ".

● 縦の線を書きます。
Draw a vertical line.
Viết nét dọc.
Buat garis vertikal.

● 最後に短い線(点)を書きます。
Finally, draw a short stroke.
Sau cùng, viết nét ngắn (nét chấm).
Terakhir tambahkan garis pendek (titik).

ネ　ネ

● ２本の横線を書きます。

Draw two horizontal lines.
Viết hai nét ngang.
Buat 2 garis horisontal.

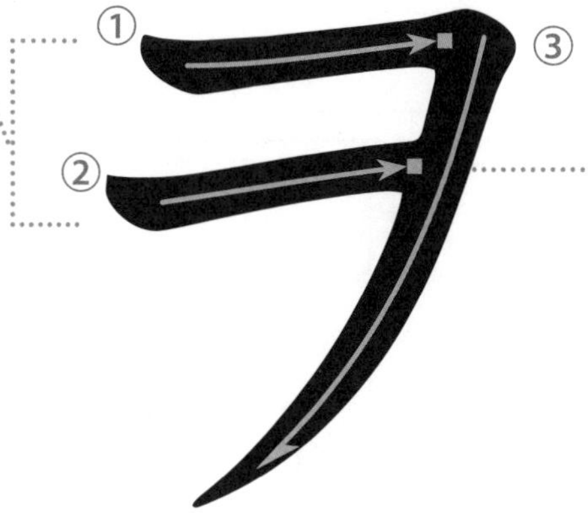

① → ③

② →

● ２本の横線に接する
「ノ」を書きます。

Draw a "ノ" that touches the two
horizontal lines.
Viết chữ "ノ" tiếp xúc với hai nét
ngang.
Buat "ノ" menempel pada 2 garis
horisontal.

ジュース

ジュース

アイスクリーム

アイスクリーム

パスタ

パスタ

マヨネーズ

マヨネーズ

ピアノ

ピ	ア	ノ

マイク

マ	イ	ク

ドラム

ド	ラ	ム

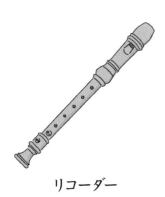

リコーダー

リ	コ	ー	ダ	ー

２本の線が交差するカタカナ
Katakana with two intersecting strokes
Chữ Katakana có hai nét giao cắt
Katakana dengan dua garis bersilang

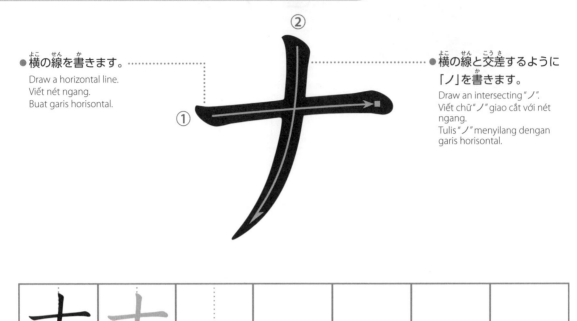

● 横の線を書きます。

Draw a horizontal line.
Viết nét ngang.
Buat garis horisontal.

● 横の線と交差するように「ノ」を書きます。

Draw an intersecting "ノ".
Viết chữ "ノ" giao cắt với nét ngang.
Tulis "ノ" menyilang dengan garis horisontal.

● 右から左に少し斜めの線を書きます。

Draw a line from right to left that slants downward slightly.
Viết nét hơi xiên từ phải sang trái.
Buat garis agak miring dari kanan ke kiri.

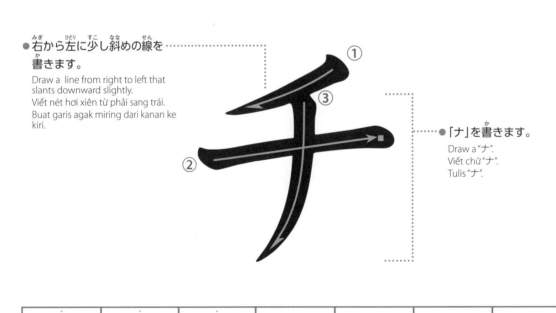

● 「ナ」を書きます。

Draw a "ナ".
Viết chữ "ナ".
Tulis "ナ".

●「ノ」を書きます。
Draw a "ノ".
Viết chữ "ノ".
Tulis "ノ".

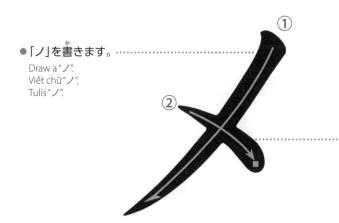

●まんなかで交差する短い
斜めの線を書きます。
Draw a short vertical line that
intersects in the center.
Viết nét xiên ngắn giao cắt ở
chính giữa.
Buat garis miring pendek
menyilang di tengah.

●横の線が少し短い「フ」を書きます。
Draw a "フ" with a slightly shorter horizontal line.
Viết chữ "フ" có nét ngang hơi ngắn.
Tulis "フ" dengan garis horisontal agak pendek.

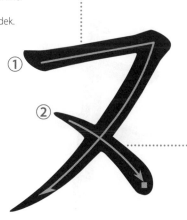

●「メ」と同じように、
短い斜めの線を書きます。
Draw a short diagonal line like
you did with "メ".
Viết nét xiên ngắn giống như
chữ "メ".
Sama dengan "メ", buat garis
miring pendek.

ひらがなの「か」と似ていますが、点がありません。

It looks like the hiragana "か", but without the short stroke.
Giống chữ "か" trong Hiragana nhưng không có nét chấm.
Sama seperti Hiragana "か" namun tanpa titik.

● **ここでペンをはなしません。**

Don't lift your pen here.
Không nhấc bút ở đây.
Jangan angkat ujung pena di sini.

● **ここではねます。**

Flick up to the left here.
Móc lên ở chỗ này.
Buat kaitan, angkat ujung pena.

● **交差する「ノ」を書きます。**

Draw an intersecting "ノ".
Viết chữ "ノ" giao cắt.
Tulis "ノ" menyilang.

少し左にかたむけて書きます。

It should lean to the left slightly.
Viết hơi nghiêng sang bên trái.
Ditulis agak condong ke kiri.

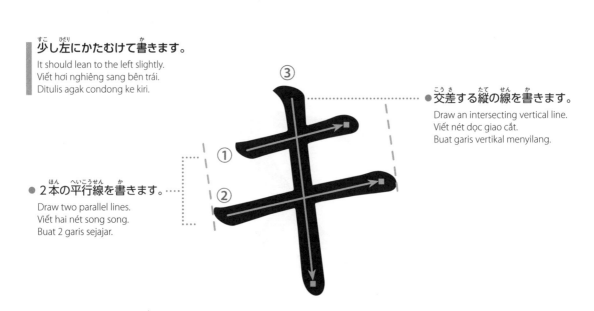

● **交差する縦の線を書きます。**

Draw an intersecting vertical line.
Viết nét dọc giao cắt.
Buat garis vertikal menyilang.

● **2本の平行線を書きます。**

Draw two parallel lines.
Viết hai nét song song.
Buat 2 garis sejajar.

少し左にかたむけて書きます。

It should lean to the left slightly.
Viết hơi nghiêng sang bên trái.
Ditulis agak condong ke kiri.

● 「ア」の1画目と同じです。

This is the same as the first stroke of "ア".
Giống như nét đầu tiên của chữ "ア".
Sama dengan coretan pertama "ア".

● 交差する縦の線を書きます。

Draw an intersecting vertical line.
Viết nét dọc giao cắt.
Buat garis vertikal menyilang.

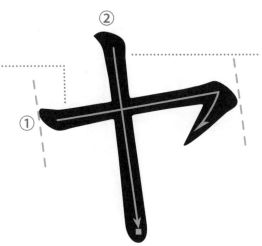

ひらがなの「せ」に似ています。

It looks similar to the hiragana "せ".
Giống chữ "せ" trong Hiragana.
Mirip dengan Hiragana "せ".

● 「ヤ」の1画目と同じです。

This is the same as the first stroke of "ヤ".
Giống như nét đầu tiên của chữ "ヤ".
Sama dengan coretan pertama "ヤ".

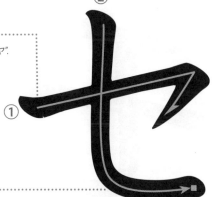

● ここで右に曲げます。

Curve to the right here.
Uốn cong sang phải ở đây.
Belok ke kiri di sini.

● 「リ」を書きます。
Draw a "リ".
Viết chữ "リ".
Tulis "リ".

● 横の線を書きます。
Draw a horizontal line.
Viết nét ngang.
Buat garis horisontal.

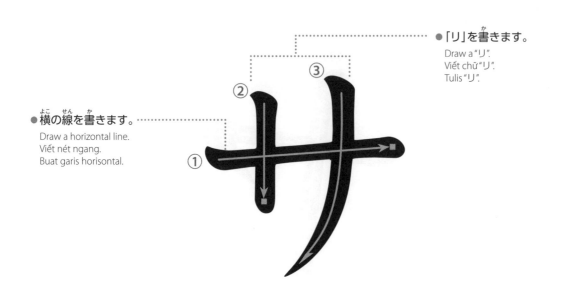

● 「二」を書きます。
Draw a "二".
Viết chữ "二".
Tulis "二".

● ここで右に曲げます。
Curve to the right here.
Uốn cong sang phải ở đây.
Belok ke kiri di sini.

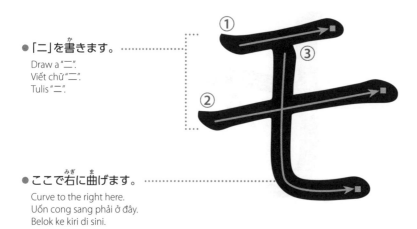

●横の線を書きます。
よこ せん か

Draw a horizontal line.
Viết nét ngang.
Buat garis horisontal.

●縦の線を書きます。
たて せん か
下はねます。
した

Draw a vertical line. Flick up to the left at the bottom.
Viết nét dọc. Phía dưới móc lên.
Buat garis vertikal. Di bagian bawah, buat kaitan kecil sambil angkat ujung pena.

●斜めに線を書いて
なな せん か
はらいます。

Draw a diagonal line and lift your pen away from the paper gradually as you end the stroke.
Viết nét xiên, kéo cho nét thon nhọn.
Buat garis miring, angkat ujung pena pelan-pelan.

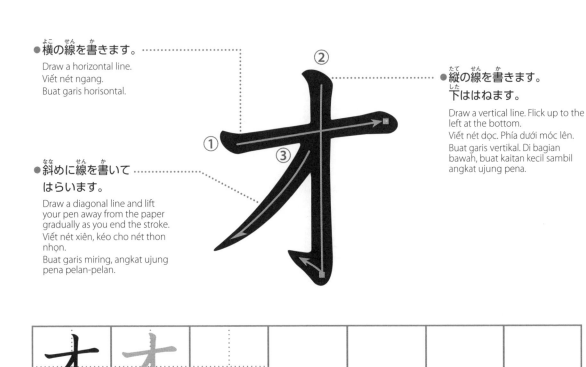

●2画目まで「オ」と同じです。
かく め おな

The first two strokes are the same as in "オ".
Giống như chữ "オ" đến nét thứ 2.
Sama dengan "オ" sampai coretan kedua.

●「ハ」を書きます。
か
Draw a "ハ".
Viết chữ "ハ".
Tulis "ハ".

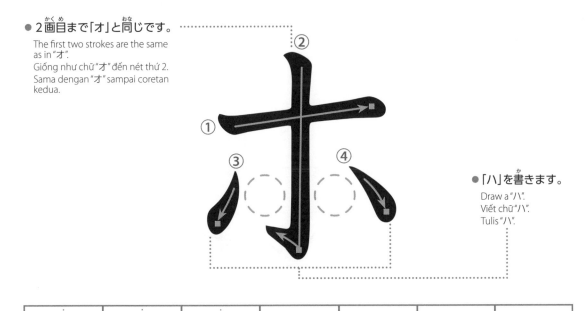

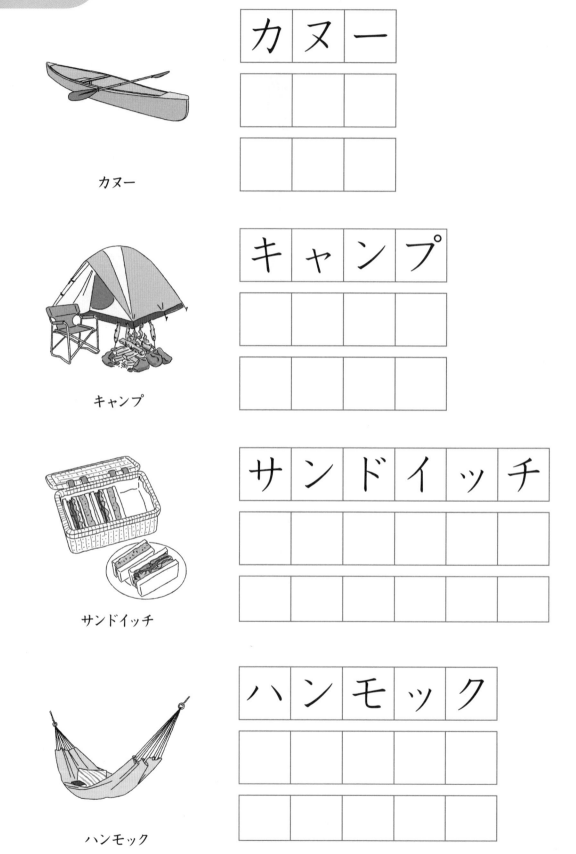

カ	ヌ	ー

カヌー

キ	ャ	ン	プ

キャンプ

サ	ン	ド	イ	ッ	チ

サンドイッチ

ハ	ン	モ	ッ	ク

ハンモック

ア	ナ	ウ	ン	サ	ー

アナウンサー

テ	レ	ホ	ン	オ	ペ	レ	ー	タ	ー

テレホンオペレーター

ア	ク	セ	サ	リ	ー	デ	ザ	イ	ナ	ー

アクセサリーデザイナー

メ	イ	ク	ア	ッ	プ	ア	ー	テ	ィ	ス	ト

メイクアップアーティスト

カタカナがそのまま使える漢字

Kanji that have the same shape as katakana
Chữ Hán có thể sử dụng luôn chữ Katakana
Kanji yang memakai langsung bentuk huruf Katakana

カタカナ	漢字

ちから
リキ・リョク
strength
Sức mạnh, sức lực
tenaga

力 (ちから) strength / Sức mạnh, sức lực / tenaga

引力 (いんりょく) gravity / Lực hút / daya tarik

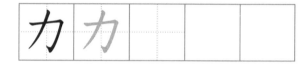

ゆう

evening
Chiều tối
sore

夕方 (ゆうがた) evening / Chiều tối / sore

夕陽 (ゆうひ) sunset; setting sun / Hoàng hôn / sinar matahari sore

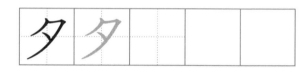

ち
セン

thousand
Con số một nghìn
angka seribu

千葉県 (ちばけん) Chiba Prefecture / Tỉnh Chiba / Perfektur Chiba

千円 (せんえん) 1,000 yen / Một nghìn Yên / seribu yen

ニ

two
Con số hai
angka dua

二本 (にほん) two (long, thin items) / Hai cái (本: trợ số từ, dùng để đếm đồ vật hình dạng thon, dài) / dua batang

二個 (にこ) two (items) / Hai cái (個: trợ số từ, dùng để đếm đồ vật nhỏ) / dua buah

ハチ

eight
Con số tám
angka delapan

はちがつ
八月 August / Tháng tám / Agustus

はちにん
八人 eight people / Tám người / delapan orang

くち
コウ
mouth
Miệng
mulut

いりぐち
入口 entrance / Lối vào, cửa vào / pintu masuk

でぐち
出口 exit / Lối ra, cửa ra / pintu keluar

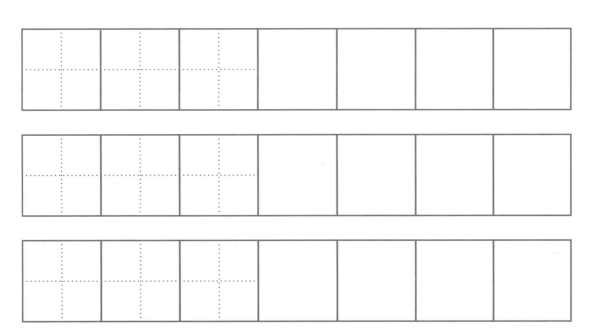

カタカナが漢字の一部になる漢字

Kanji that include katakana as part of the character
Chữ Hán có một phần là chữ Katakana
Kanji yang sebagian komponennya adalah huruf Katakana

カタカナ	漢字

カ

加

くわ
カ
to add
Thêm vào
menambahkan

フ カ カ 加 加

加えます to add / Thêm vào / menambahkan

追加 addition/ Bổ sung, thêm vào / tambahan

加 加

男

おとこ
ダン
man
Nam
laki-laki

丶 一 口 罒 甲 田 罗 男

男の子 boy / Bé trai / anak laki-laki

男子 male / Con trai / putra

男 男

カタカナ	漢字

タ

多

おお
タ
many
Nhiều
banyak

ノ ク タ タ 多 多

多い many / Nhiều / banyak

多数 numerous / Đa số / mayoritas

多 多

名

な
メイ
name
Tên
nama

ノ ク タ タ 名 名

名前 name / Tên / nama

氏名 name / Họ tên / nama

名 名

漢字

チ

話

はな（し）
ワ
talk; conversation
Câu chuyện
cerita

丶 一 二 三 言 言 言 訂 話 話 話 話

はな
話します　to talk / Nói chuyện / bercerita

でん わ
電話　phone / Điện thoại / telepon

話　話

私

わたし
シ
—
Tôi
saya

一 二 千 手 禾 私 私

わたし
私　I / Tôi / saya

し りっ
私立　private / Tư, do tư nhân lập / swasta

私　私

漢字

二

未

ミ
yet
Chưa
belum

一 二 キ 牛 未

み らい
未来　future / Tương lai / masa depan

み てい
未定　undecided / Chưa được quyết định / belum pasti

未　未

元

もと
ゲン
original
Gốc, căn bản
asal

一 二 テ 元

げん そ
元素　chemical element / Nguyên tố / zat

げん き
元気　high-spirited; healthy / Khỏe mạnh / sehat

元　元

カタカナ	漢字

六

ロク

six
Con số sáu
angka enam

ろくまい
六枚 six (flat items) / Sáu mảnh / enam lembar

ろっかっけい
六角形 hexagon/ Lục giác / segi enam

分

わ
フン・ブン

to divide
Chia
membagi

ノ 八 分 分

わ
分けます to divide / Chia, tách / membagi

5分 5 minutes / 5 phút / 5 menit

すいぶん
水分 moisture; water content / Hơi ẩm, nước / air

カタカナ	漢字

古

ふる
コ

old
Cũ, cổ
lawas

一 十 十 古 古

ふる
古い old / Cũ, cổ / lawas

ちゅうこ
中古 used / Đã qua sử dụng / bekas

合

あ
ゴウ

to fit
Hợp
cocok

ノ 人 ム 合 合 合

あ
合います to fit / Phù hợp / cocok

ごうかく
合格 passing (an exam, etc.); success / Việc thi đỗ / lulus

イ

休

やす
キュウ
to rest
Nghỉ
beristirahat

ノ イ 亻 什 休 休

休みます to rest / Nghỉ / beristirahat

休日 holiday / Ngày nghỉ / hari libur

休	休			

体

からだ
タイ
body
Cơ thể
badan

ノ イ 亻 什 伓 休 体

体力 (physical) strength / Thể lực / kekuatan fisik

体重 (body) weight / Cân nặng, thể trọng / berat badan

体	体			

エ

左

ひだり
サ
left
Trái
kiri

一 ナ 左 左 左

左手 left hand / Tay trái / tangan kiri

左右 left and right / Trái phải / kiri kanan

左	左			

空

そら
クウ
sky
Bầu trời, sự trống rỗng
langit

丶 宀 宀 宀 空 空 空 空

青空 blue sky / Bầu trời xanh / langit biru

空気 air / Không khí / udara

空	空			

広

ひろ
コウ
wide
Rộng
luas

広い　wide / Rộng / luas

広場　open space; plaza / Quảng trường / lapangan

会

あ
カイ
to meet
Gặp
bertemu

会います　to meet / Gặp / bertemu

会議　meeting / Hội nghị, cuộc họp / rapat

当

あ
トウ
to hit (e.g. a target); to be selected
Trúng
kena

当たります　to hit (e.g. a target); to be selected / Trúng / kena

当選　winning (e.g. a prize or an election) / Việc trúng cử / terpilih

急

いそ
キュウ
to hurry
Vội vã, khẩn trương
bergegas

急ぎます　to hurry / Vội vã, khẩn trương / bergegas

急行　rush; express / Tàu tốc hành / ekspres

漢字

ウ

守
まも
シュ
to protect
Bảo vệ, tuân thủ
menjaga

まも
守ります to protect / Bảo vệ, tuân thủ / menjaga

しゅび
守備 defense / Sự bảo vệ, sự trấn giữ / pertahanan

守 守

安
やす
アン
inexpensive
Rẻ
murah

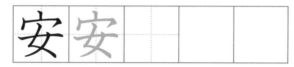

やす
安い inexpensive / Rẻ / murah

あんしん
安心 relief / Yên tâm / lega

安 安

カタカナ   **漢字**

ヒ

化
ば
カ
change
Thay đổi
perubahan

※書き方が違います。

カタカナ   漢字

ヒ ヒ

ば
お化け ghost / Ma / hantu

かせき
化石 fossil / Hóa thạch / fosil

化 化

北
きた
ホク
north
Hướng Bắc
Utara

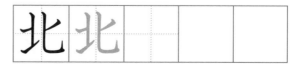
一 十 丬 北 北

きたぐに
北国 northern country / Quốc gia phương Bắc / wilayah Utara Jepang

ほっかいどう
北海道 Hokkaido / Hokkaido / Hokkaido

北 北

サ

英
エイ

England
Nước Anh
Inggris

一 十 艹 莎 节 莒 莢 英

えい ご
英語 English / Tiếng Anh / bahasa Inggris

えいかい わ
英会話 English conversation / Hội thoại tiếng Anh / percakapan bahasa Inggris

英 英

花
はな
カ

flower
Hoa
bunga

一 十 サ サ ヹ 芢 花

はなたば
花束 bouquet / Bó hoa / karangan bunga

はな び
花火 fireworks / Pháo hoa / kembang api

花 花

池
いけ
チ

pond
Ao
kolam

丶 氵 氵 沪 沖 池

いけ
池 pond / Ao / kolam

でん ち
電池 battery / Pin / baterai

池 池

泣
な
キュウ

to cry
Khóc
menangis

丶 氵 氵 氵 汢 汣 汢 泣

な
泣きます to cry / Khóc / menangis

ごうきゅう
号泣 wailing / Sự khóc lóc, sự than vãn / keluar air mata deras

泣 泣

漢字

社

ヽ ゝ ぅ ネ ネ ネー 礻 社

しゃかい
社会 society / Xã hội / masyarakat

かいしゃ
会社 company / Công ty / kantor

シャ

society
Xã hội
masyarakat

社 社

神

ヽ ゝ ぅ ネ ネ 初 初 初 神

かみさま
神様 god / Thần thánh, thần linh / Dewa

じんじゃ
神社 shrine / Ngôi đền / kuil Shinto

かみ
シン

god
Thần thánh, thần linh
dewa

神 神

漢字

帰

かえ
帰ります to return (often to one's home) / Về / pulang

きこく
帰国します to return to one's own country / Về nước / pulang ke tanah air

かえ
キ

to return (often to one's home)
Về
pulang

帰 帰

別

ヽ ロ ロ 号 另 別 別

わか
別れます to separate / Chia tay, ly biệt / berpisah

せいべつ
性別 gender / Giới tính / jenis kelamin

わか
ベツ

to separate
Chia tay, ly biệt
berpisah

別 別

カタカナ

漢字

図

ズ・ト

figure; illustration
Hình vẽ minh họa
bagan

ち ず
地図　map / Bản đồ / peta

と しょ
図書　books / Sách / buku

希

キ

rare
Hiếm
langka

き ぼう
希望　wish; hope / Hi vọng / harapan

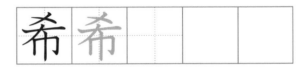

カタカナ

漢字

羽

はね
ウ

wing
Cánh
sayap

はね だ くうこう
羽田空港　Haneda Airport / Sân bay Haneda / Bandara Haneda

う もう
羽毛　down; feathers / Lông vũ / bulu

習

なら
シュウ

to learn; to study
Học
belajar

なら
習います　to learn; to study / Học / belajar

れんしゅう
練習　practice; rehearse / Luyện tập / latihan

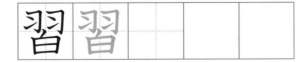

この本を使う日本語の先生方へ

本田弘之

1 本書作成の背景

　日本語を学ぶとき、もっとも難しいのは、膨大な数の「文字」の形と意味を習得しなければならないことです。日本語は、むずかしい言語ではありませんが、「ひらがな」「カタカナ」という音節文字と、漢字という表語（表意）文字を混合して使うという、世界のすべての言語の中で、最も複雑で習得しにくい文字体系をもっています。

　ところが、これまで日本語教育において、「文字」の学習・教育は、あまり重視されてきませんでした。そのもっとも大きな理由は、これまでの日本語学習者の大部分が漢字圏の出身者で占められていたことでしょう。漢字圏の学習者にとって、漢字とその派生文字である「かな」は、学習を助ける要素であって、学習の障害には、ならなかったからです。

　非漢字圏の学習者にとって「漢字」がむずかしいことは、いうまでもありませんが、音節文字である「かな」にも、独特のむずかしさがあります。東南アジアで広く使われているインド系の文字やハングルも音節文字です。しかし、インド系文字やハングルでは、文字の中に「子音」をあらわす部分と「母音」をあらわす部分があり、それを組み合わせて、一つの音節を表記します。つまり発音と文字の形に一定の規則があります。

　それに対し「かな」は、発音と文字の形の間になんの規則もありません。たとえば、「め」「メ」me と「ぬ」「ヌ」nu、「さ」sa と「き」ki、「ソ」so と「ツ」tsu など、字形がとても似ていますが、発音はまったく異なります。つまり、「かな」は、五十音表と文字の形が関連していないので、五十音順に練習していくことが、必ずしも「覚えやすさ」につながっていません。

　そのようなむずかしさがあるにもかかわらず、ほとんどの日本語の教科書は、文字の習得になにも考慮を払っていません。タイ語やアラビア語など、ローマ・アルファベット以外の文字を使用する言語の教科書では、冒頭でかなりのページを使って文字の書き方を丁寧に説明しているものが多いのですが、多くの日本語教科書は、五十音表を掲げるのみです。そのため、多くの非漢字圏出身の学習者は、短時間に、形だけをみて文字を覚えることを強いられています。

　この数年、東南アジアを中心に非漢字圏出身の日本語学習者が急増しています。彼らをもっとも悩ませているのが「文字の習得」です。それは学習のいちばん初めに、きちんと文字の書き方を教えていない現在の「教科書」と「教員」に大きな原因があると思われます。そこで、この本は、いままで無視されてきた日本語「文字」教育のいちばん初めの部分を担うために作られました。

2 本書を使った指導について

　ひらがな・カタカナは、発音と文字の形に関係がない音節文字なので、この本では、「かな」を五十音順ではなく、形と書き方に共通点がある文字ごとに手で書いておぼえていきます。

　漢字のような複雑な字形の文字を速くおぼえるいちばんよい方法は、自分の手で書いてみることです。漢字を正しく手で書けるようになる、ということは、漢字をパーツ（部首）にわけて記憶することができるようになる、ということだからです。そのためには、「筆画」と「書き順」を体得しなければなりません。ところで、日本語の「ひらがな」は漢字の筆記体（草書体）、「カタカナ」は漢字の一部をとって表音文字にしたものです。

　だから、学習の最初に、ひらがなとカタカナを正しい筆画と書き順で書けるようになると、漢字の書き方と順番もスムーズにマスターできるようになります。

　そこで、この練習帳では、ひらがなとカタカナを手で正しく書く練習をします。各ページには、大きく「かな」の書き順と筆画が印刷されています。そこを手でなぞって、書き順と書く方向、そして線の終わりかた（とめ・はね・はらい）を体感しながら、習得するように指導していただきたいと思います。もし、条件が許せば、1・2時間でも筆で字を書く体験（書道）ができると非常に効果的です。それができなくとも、なるべく大きく「かな」を書く練習をすると形とバランスが安定してきます。

　さらに、日本語の文字を書くときに忘れてはならないことは、「正方形に書く」ということです。漢字は正方形の文字なので、日本語母語話者は無意識に「字は四角いもの」と考えていますが、それは世界の常識ではありません。四角い「原稿用紙」に字を埋めていく、という書き方は、日本語（および漢字圏）に特有の文字感覚なのです。そこで、非漢字圏出身の学習者が、「四角い」文字感覚を身につけることは、漢字の習得にむけての重要な練習となります。この練習帳は、文字ごとに四角いマスに文字を書き込めるようになっていますが、学習者には、四角を意識して書くことを何度も繰り返して指導してください。

　最後に、日本語の文字習得においては、ひらがな以上にカタカナの指導が重要です。形が単純なため、わざわざ練習時間をとる必要がないと思われるのか、ほとんどの日本語入門クラスで、カタカナの指導は、ごく軽くあつかわれているようです。しかし、カタカナは、漢字の一部をとったものなので、カタカナを正しい筆順・筆画で書く習慣を身につけているかどうかは、漢字の習得がうまくできるかどうかにつながっているのです。まず、自分の名前や出身地の地名の練習からはじめて、カタカナをバランスよく書く練習にも十分な時間をとっていただきたいと思います。

● 著者紹介

本田弘之　北陸先端科学技術大学院大学（JAIST）教授

すぐ書ける！ きれいに書ける！
ひらがな・カタカナ練習ノート

発 行 日 ● 2014年12月19日（初版）

著　　者 ● 本田弘之
編　　集 ● 日本語チーム
翻　　訳 ● 株式会社アミット
デザイン・DTP ● 株式会社ポイントライン
イラスト ● 岡村伊都
印刷・製本 ● 萩原印刷株式会社
発 行 者 ● 平本照麿
発 行 所 ● 株式会社アルク
　　　　　　〒168-8611　東京都杉並区永福 2-54-12
　　　　　　TEL：03-3327-1101　FAX：03-3327-1300
　　　　　　Email：csss@alc.co.jp
　　　　　　Website：http://www.alc.co.jp/

地球人ネットワークを創る

アルクのシンボル
「地球人マーク」です。

ひらがな・カタカナの次は 漢字！
漢字がどんどん習得できるテキストのご案内です。

『すぐ書ける！きれいに書ける！ ひらがな・カタカナ練習ノート』
で、ひらがなとカタカナを習得したら、「同じパーツを持つ文字をつなげて効率よく覚える」という共通のコンセプトを持つ、同シリーズの漢字のテキストを使って学習を続けませんか。

日本語文字学習シリーズ
どんどんつながる漢字練習帳 初級

漢字をひたすら書いて覚える、という従来のスタイルでは、なかなか漢字が習得できず、困っていませんか。本書では、同じパーツを持つ漢字を並べ、それぞれの漢字の表す意味をイラストと文章で説明。イメージをつなげて覚えるので、楽しみながら、どんどん漢字を覚えることができます。さらに、ゲーム性のある練習問題も付いています。翻訳は英語・ベトナム語・中国語・インドネシア語付き。

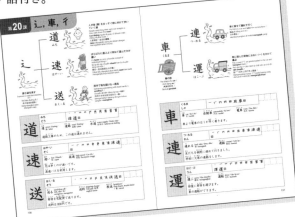

教師の方へ
一緒に使うと効果的！

日本語教師の7つ道具シリーズ2
漢字授業の作り方編

繰り返し書かせる、という指導ではない漢字の教え方にはどんなものがあるでしょうか。本書では学習者のタイプ別授業の組み立て方、記憶に残る教え方など、学習者の視点に立った授業を提案します。

ご注文・お問い合わせはこちら ➡

アルクのウェブサイト **http://www.alc.co.jp/**
アルクお客様センター TEL: **0120-120-800** E-mail: csss@alc.co.jp
月〜金 9：00〜18：00、土 9：00〜17：00（日祝休み）

アルクの日本語能力試験対策シリーズ

	2月	3月	4月	5月	6月

日本語能力試験 年間スケジュール

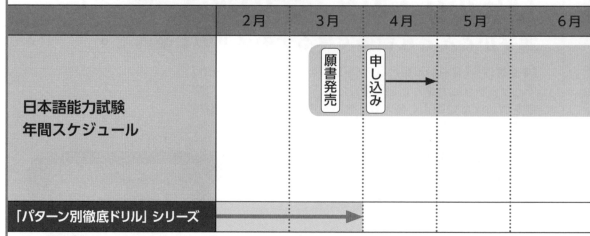

願書発売　申し込み →

「パターン別徹底ドリル」シリーズ

N1, N2, N3, N4

はじめて試験を受ける人の一冊として！

- 同じ形式の問題を繰り返し解くことで、出題のパターンに慣れる
- 基本問題から応用問題に進むので、無理なくステップアップ
- 個人での使用にも授業での使用にもおすすめ

「レベルアップトレーニング」シリーズ

N1, N2　聴解
N1, N2　文法

合格まであと一歩！ 自分の弱点を強化したいという人向け

- 力試し問題→ポイント整理→確認問題という流れで弱点を補強
- 充実の解説付き。解説や表現に英・中・韓の翻訳付き
- 個人での使用におすすめ

「スーパー模試」シリーズ

N1, N2, N3, N4・5

模試を3回分掲載。直前対策に最適！

- 本番と同形式の模試で本番の予行練習ができる
- マークシート付き
- 個人での使用にも授業での使用にもおすすめ

「合格できる日本語能力試験」シリーズ

N1, N2, N3, N4・5

授業での試験対策に最適！ 総合的に力を伸ばせる問題集

- ボリュームたっぷりの設問数
- 練習問題＋総復習問題で確実に実力アップ
- 学期のはじめから、授業で使用するのにおすすめ

	2月	3月	4月	5月	6月

ご注文・お問い合わせはこちら ➡

アルクのウェブサイト **http://www.alc.co.jp/**
アルクお客様センター　TEL: **0120-120-800**　E-mail: **csss@alc.co.jp**
月～金 9：00～18：00、土 9：00～17：00（日祝休み）

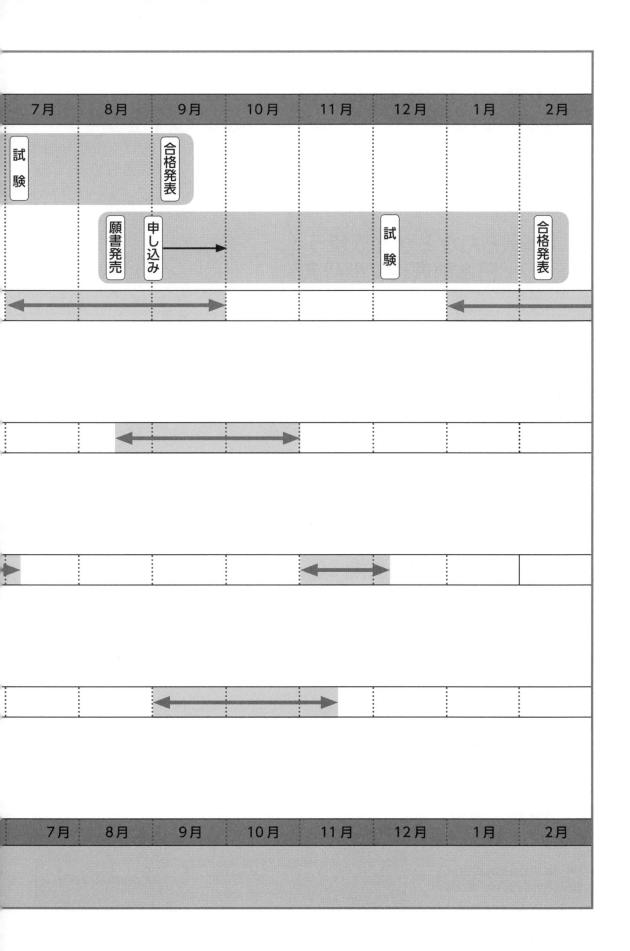

7月	8月	9月	10月	11月	12月	1月	2月
試験		合格発表					
	願書発売	申し込み →			試験		合格発表

7月	8月	9月	10月	11月	12月	1月	2月